INSIGHT PUBLICA®

INSIGHT PUBLICA®

Kozhikode, Kerala, India 673011
www.insightpublica.com
e-mail: insightpublica@gmail.com

Kavithayum Manasasthravum

(Malayalam)

M.N. Vijayan

First Insight Publica Edition: December 2020

ISBN 978-93-90535-00-2
Published by
InsightinPublica Printers & Publishers Pvt. Ltd.

എം.എൻ. വിജയൻ

കവിതയും മനഃശാസ്ത്രവും

INSIGHT PUBLICA®

എം.എൻ.
വിജയൻ

കൊടുങ്ങല്ലൂരിനടുത്ത് ലോകമലേശ്വരത്ത് പതിയാശ്ശേരിൽ നാരായണമേനോന്റെയും മൂളിയിൽ കൊച്ചമ്മുഅമ്മയുടെയും മകനായി 1930 ജൂൺ 8-ന് ജനിച്ചു. പതിനെട്ടരയാളം എൽ.പി.സ്കൂളിലും കൊടുങ്ങല്ലൂർ ബോയ്സ് ഹൈസ്കൂളിലും എറണാകുളം മഹാരാജാസ് കോളേജിലും എറണാകുളം ഗവ. ലോ കോളേജിലും പഠിച്ചു. 1951-ൽ മദിരാശി സർവ്വകലാശാലയിൽ നിന്ന് പ്രൈവറ്റായി മലയാളം എം.എ. പാസ്സായി.

എം.എൻ.വിജയന്റെ രാഷ്ട്രീയബന്ധം സ്കൂൾ വിദ്യാഭ്യാസ കാലം മുതൽ ആരംഭിക്കുന്നുണ്ട്. കൊടുങ്ങല്ലൂർ ബോയ്സ് ഹൈസ്കൂളിലായിരുന്നപ്പോൾ വിദ്യാർത്ഥി കോൺഗ്രസിന്റെ സജീവപ്രവർത്തകനായിരുന്നു. മഹാരാജാസ് കോളേജ് വിദ്യാർത്ഥിയായിരിക്കെ സ്വാതന്ത്ര്യസമരത്തിലും ഉത്തരവാദഭരണത്തിനായുള്ള പ്രക്ഷോഭത്തിലും പങ്കെടുത്തു. 1947 ആഗസ്റ്റ്-14 ന് കോളേജിൽ ദേശീയപതാക ഉയർത്താൻ തീരുമാനിച്ച വിദ്യാർത്ഥികളുടെ മുൻനിരയിൽ എം.എൻ.വിജയനും ഉണ്ടായിരുന്നു.

ആനാപ്പുഴയിലെ കെ.പി.കറുപ്പൻ സ്മാരക വായനശാലയുടെ ഭാഗമായ ഗ്രന്ഥാലയത്തിലെ മതഗ്രന്ഥങ്ങളും ആധ്യാത്മിക ഗ്രന്ഥങ്ങളും ചെറുപ്രായത്തിൽതന്നെ വായിച്ച് സന്ന്യാസത്തിൽ താല്പര്യം തോന്നിയതു കാരണം സ്കൂൾ പരീക്ഷ കഴിഞ്ഞപ്പോൾ നേരത്തെ കത്തുവഴി പരിചയമുണ്ടായിരുന്ന ആഗമാനന്ദ സ്വാമികളെ കാണാനായി കാലടിയിലേക്കു പോയി. കാലടി ശ്രീകൃഷ്ണാശ്രമത്തിൽ ഏതാനുംനാൾ കഴിഞ്ഞ ശേഷം തിരികെവന്നു.

1946-ൽ യുക്തിവാദിയും മിശ്രവിവാഹസംഘം സ്ഥാപകനും പത്രപ്രവർത്തകനുമായ ചൊവ്വര പരമേശ്വരനുമായി പരിചയപ്പെട്ടു. ചൊവ്വരയുടെ പൊതുപ്രവർത്തനങ്ങളിലെല്ലാം അടുത്ത സഹചാരിയായിരുന്നു എം.എൻ.വിജയൻ. *കേരളപത്രിക*യുടെ പത്രാധിപരായിരുന്ന എബ്രഹാം മാടമാക്കലും ഇക്കാലത്ത് വലിയൊരു സ്വാധീനമായിരുന്നു. പതിനഞ്ചാം വയസ്സിൽ *കൊച്ചിൻ ടൈംസിൽ* പ്രസിദ്ധീകരിച്ച 'ആധ്യാത്മിക വിപ്ലവ'മായിരുന്നു എം.എൻ.വിജയന്റെ ആദ്യലേഖനം. *കേരളപത്രിക, തിലകം, സാഹിത്യപരിഷത്ത് മാസിക* എന്നീ പ്രസിദ്ധീകരണങ്ങളിലാണ് തുടർന്ന് എഴുതിയത്. 1948-'49 ൽ സിഗ്മണ്ട് ഫ്രോയ്ഡിനെക്കുറിച്ചുള്ള എട്ട് ലേഖനങ്ങൾ പ്രസിദ്ധപ്പെടുത്തി.

1952-ൽ മദിരാശി *ന്യൂ കോളേജി*ലെ മലയാളം അധ്യാപകനായാണ് എം.എൻ.വിജയൻ ഔദ്യോഗിക ജീവിതം ആരംഭിച്ചത്. 1959-ൽ തിരുവനന്തപുരം യൂണിവേഴ്സിറ്റി കോളേജിൽ അധ്യാപകനായി

നിയമനം ലഭിച്ചതോടെ കേരളത്തിലേക്ക് തിരിച്ചുവന്നു. യൂണിവേഴ്സിറ്റി കോളജിലെ ജോലി ഒരു മാസം കഴിഞ്ഞപ്പോൾ നഷ്ടപ്പെട്ടു. 1960 ഫെബ്രുവരിയിൽ തലശ്ശേരി ഗവ.ബ്രണ്ണൻ കോളേജിൽ നിയമിതനായി. 1985-ൽ അധ്യാപകവൃത്തിയിൽ നിന്നു വിരമിക്കുന്നതുവരെ അവിടെത്തന്നെ തുടർന്നു.

1957 ജൂൺ 9-ന് വിവാഹം. ഭാര്യ: ശാരദ. മക്കൾ: വി.എസ്.അനിൽകുമാർ, ഡോ. വി.എസ്. സുജാത, വി.എസ്. സുനീത. മരുമക്കൾ: രത്നമ്മ ടി., ഡോ. പി.വി. ബാലചന്ദ്രൻ, സി. രാജഗോപാലൻ. പേരക്കുട്ടികൾ: അപർണ, അശ്വതി, സിദ്ധാർത്ഥ്, സുകൃതി, പ്രകൃതി.

കേരള സാഹിത്യ സമിതിയുടെ പ്രധാന സംഘാടകരിൽ ഒരാളായിരുന്ന എം.എൻ. വിജയൻ പിന്നീട് നേതൃത്വപദവി ഏറ്റെടുത്തു പ്രവർത്തിക്കുന്നത് പുരോഗമന കലാ സാഹിത്യ സംഘത്തിലാണ്. 1987 ജനുവരി 4-ന് കോട്ടയത്തുവെച്ചു നടന്ന സമ്മേളനത്തിൽ പുരോഗമന കലാ സാഹിത്യ സംഘത്തിന്റെ വൈസ് പ്രസിഡണ്ടായി. 1992 ഏപ്രിൽ 21-ന് പെരുമ്പാവൂർ സമ്മേളനത്തിൽ വെച്ച് പുരോഗമന കലാ സാഹിത്യ സംഘത്തിന്റെ പ്രസിഡണ്ടായി. 1994 ജൂണിൽ *ദേശാഭിമാനി വാരിക*യുടെ പത്രാധിപരായി. 2000-ൽ *പാഠം മാസിക*യുടെകൂടി പത്രാധിപരായി. 2000 ജൂൺ 1-ന് പുരോഗമന കലാ സാഹിത്യ സംഘത്തിന്റെ പ്രസിഡണ്ട് സ്ഥാനം രാജിവെച്ചു. 2005 ഫെബ്രുവരി 23-ന് *ദേശാഭിമാനി വാരിക*യുടെ പത്രാധിപസ്ഥാനവും രാജിവെച്ചു.

അധ്യാപകൻ, നിരൂപകൻ, പ്രഭാഷകൻ, പത്രപ്രവർത്തകൻ എന്നീ നിലകളിൽ ദശാബ്ദങ്ങൾ പ്രൊഫ. എം.എൻ. വിജയൻ മലയാള സാംസ്കാരികരംഗത്ത് നിറഞ്ഞുനിന്നു. കേരളത്തിൽ അങ്ങോളമിങ്ങോളം ആയിരക്കണക്കിന് വേദികളിൽ വിവിധ വിഷയങ്ങളെക്കുറിച്ച് അദ്ദേഹം പ്രഭാഷണങ്ങൾ [illegible]. 1943-ൽ [illegible]പ്രക്ഷോഭത്തിന്റെ ഭാഗമായി കൊടുങ്ങല്ലൂർ കാവ് മൈതാനത്ത് തുടർച്ചയായി ചെയ്തവയാണ് ആദ്യ പ്രസംഗങ്ങൾ.

കൃതികൾ: *ചിതയിലെ വെളിച്ചം* (പൂർണ്ണ പബ്ലിക്കേഷൻസ് കോഴിക്കോട്, 1981) *ഫാഷിസത്തിന്റെ മനഃശാസ്ത്രം* (സമീക്ഷ, കുളപ്പുറം, 1986) *എം.എൻ. വിജയൻ പ്രഭാഷണങ്ങൾ* (സഹൃദയ സംഘം, കോഴിക്കോട്, 1986) *കവിതയും മനഃശാസ്ത്രവും* (മാതൃഭൂമി, കോഴിക്കോട്, 1987) *ശീർഷാസനം* (അകം സമിതി, തലശ്ശേരി, 1989) *അടയുന്ന വാതിൽ തുറക്കുന്ന വാതിൽ* (മൾബറി, കോഴിക്കോട്, 1990) *വർണ്ണങ്ങളുടെ സംഗീതം* (പെൻ ബുക്സ്, വടകര, 1987) *എം.എൻ. വിജയൻ പ്രബന്ധങ്ങൾ പ്രഭാഷണങ്ങൾ സ്മൃതിചിത്രങ്ങൾ* (ബോധി

പബ്ലിഷേഴ്സ്, കോഴിക്കോട്, 1993) *കാഴ്ചപ്പാട്* (ചിന്ത പബ്ലിഷേഴ്സ്, തിരുവനന്തപുരം,1992) *മരുഭൂമികൾ പൂക്കുമ്പോൾ* (കലാക്ഷേത്രം, കാസർകോട്, 1993) *വാക്കും മനസ്സും* (കലാക്ഷേത്രം, കാസർകോട്, 1994) *കലയിലെ സ്വാതന്ത്ര്യം* (പുരോഗമന കലാ സാഹിത്യ സംഘം, കണ്ണൂർ, 1994) *നൂതന ലോകങ്ങൾ* (കറന്റ് ബുക്സ്, തൃശ്ശൂർ, 1994) *പുതിയ വർത്തമാനങ്ങൾ* (ഇംപ്രിന്റ്, കൊല്ലം, 1995) *സംസ്കാരവും സ്വാതന്ത്ര്യവും* (ചിന്ത പബ്ലിഷേഴ്സ്, തിരുവനന്തപുരം, 1996) *അടയാളങ്ങൾ* (ചിന്ത പബ്ലിഷേഴ്സ്, തിരുവനന്തപുരം, 1997) *മനുഷ്യർ പാർക്കുന്ന ലോകങ്ങൾ* (പ്രവാസി ദോഹ, 1997) *കലയും ജീവിതവും* (ചിന്ത പബ്ലിഷേഴ്സ്, തിരുവനന്തപുരം, 1998) *കവിതയുടെ ലോകപദം* (സമീക്ഷ, കുളപ്പുറം, 2000) *അധിനിവേശത്തിന്റെ വഴികൾ* (ലഫ്റ്റ് വ്യൂസ്, കോഴിക്കോട്, 2000) *പ്രതിരോധങ്ങൾ* (ചിന്ത പബ്ലിഷേഴ്സ്, തിരുവനന്തപുരം, 2001) *ഭയവും അഭയവും* (ചിന്ത പബ്ലിഷേഴ്സ്, തിരുവനന്തപുരം, 2002) *ഫാസിസം സിദ്ധാന്തം, പ്രയോഗം, പ്രതിരോധം* (ചിന്ത പബ്ലിഷേഴ്സ്, തിരുവനന്തപുരം, 2003) *പ്രകൃതിപാഠങ്ങൾ* (സമയം പബ്ലിക്കേഷൻസ്, കണ്ണൂർ, 2003) *വിയോജിക്കാനുള്ള സ്വാതന്ത്ര്യം* (ലഫ്റ്റ് വ്യൂസ്, കോഴിക്കോട്, 2005) *ചുമരിൽ ചിത്രമെഴുതുമ്പോൾ* (ഗ്രീൻ ബുക്സ്, 2003) *കാലിഡോസ്കോപ്* (നിശാഗന്ധി പബ്ലിക്കേഷൻസ്, തൃശ്ശൂർ, 2006) *ഒളിച്ചുകടത്തിയ ആയുധങ്ങൾ* (കൈരളി ബുക്സ്, കണ്ണൂർ, 2006) *എഴുത്തും പ്രത്യയശാസ്ത്രവും* (നിശാഗന്ധി പബ്ലിക്കേഷൻസ്, ഇരിങ്ങാലക്കുട, 2007) *സ്വാതന്ത്ര്യത്തിന്റെ അർത്ഥം* (നിശാഗന്ധി പബ്ലിക്കേഷൻസ്, ഇരിങ്ങാലക്കുട, 2007)

ഇവയ്ക്ക് പുറമേ *സംഭാഷണങ്ങൾ* (മാങ്ങാട് രത്നാകരൻ, കറന്റ് ബുക്സ് തൃശ്ശൂർ, 2001) *അധികാരം അനുരാഗം ആത്മരഹസ്യങ്ങൾ* (എഡി. താഹമാടായി, ചിന്ത പബ്ലിഷേഴ്സ്, തിരുവനന്തപുരം, 2002) *കലാപത്തിന്റെ ഉത്തരങ്ങൾ* (എം.എസ്. ബനേഷ്, ഫാബിയൻ ബുക്സ്, നൂറനാട്, 2004) എന്നീ അഭിമുഖ സമാഹാരങ്ങളും.

എം.എൻ.വിജയൻ എഡിറ്റു ചെയ്ത കൃതികൾ: *നമ്മുടെ സാഹിത്യം നമ്മുടെ സമൂഹം* (കേരള സാഹിത്യ അക്കാദമി, തൃശ്ശൂർ, 2000) *കേസരിയുടെ സാഹിത്യവിമർശനങ്ങൾ* (എസ്.പി.സി.എസ്, കോട്ടയം, 1984) *നവീന ചിത്രകല* (കേസരി ബാലകൃഷ്ണപ്പിള്ള, കേരള ലളിതകലാ അക്കാദമി, തൃശ്ശൂർ, 1990) *എം.ആർ.ബി, ജീവിതം, കൃതികൾ, ദർശനം* (കറന്റ് ബുക്സ്, തൃശ്ശൂർ, 2004) *കേസരിയുടെ ലോകങ്ങൾ* (അകം സമിതി, തലശ്ശേരി 1989), *കഥയുടെ നൂറ്റാണ്ട്-* രണ്ട് വാല്യം, *കവിതയുടെ നൂറ്റാണ്ട്-*രണ്ട് വാല്യം (എസ്.പി.സി.എസ്, കോട്ടയം, 2000-2001)

2007 ഒക്ടോബർ 3-ന് അന്തരിച്ചു.

ഉള്ളടക്കം

ആമുഖം

ഈ പ്രബന്ധങ്ങൾ സാഹിത്യനിരൂപണമായിത്തന്നെ കരുതണം എന്നില്ല. മനഃശാസ്ത്രത്തിന്റെ, വിശേഷിച്ച് മാനസികാപഗ്രഥനത്തിന്റെ, സാംസ്കാരിക പ്രയോഗമായി ഈ അന്വേഷണങ്ങളെ സ്വീകരിക്കാം. അനലിസ്റ്റുകളുടെ നിരീക്ഷണങ്ങളും നിഗമനങ്ങളുമാണ്, പ്രശസ്ത നിരൂപണങ്ങളുടെ മാതൃകകളല്ല, ഈ അന്വേഷണങ്ങളെ സഹായിച്ചിട്ടുള്ളത്. അതുകൊണ്ട് കലാപരവും സാമുദായികവും ആയ മൂല്യനിർണ്ണയത്തേക്കാൾ ശാസ്ത്രീയമായ അപഗ്രഥനത്തിന് പ്രാധാന്യം നൽകുകയും ചെയ്തിരിക്കുന്നു. "വിധി ഒരെഴുത്തുകാരന് എന്തു വിഷയമാണ് കല്പിച്ചുകൊടുത്തിരിക്കുന്നത് എന്നറിയുവാനാണ് ഞങ്ങൾ ശ്രമിക്കുന്നത്'' എന്ന് ഫ്രോയ്ഡ് പറയുകയുണ്ടായി.

കാര്യങ്ങൾ 'പച്ച'യായി കാണുവാൻ ശ്രമിക്കുന്ന റിഡക്റ്റീവ് മാർഗ്ഗം ആസ്വാദകർക്കു അപ്രിയമായിത്തീരാം. ഇതിനൊരു പോംവഴിയേ വാസ്തവത്തിലുള്ളൂ. എഴുതാതിരിക്കുക എന്നതുമാത്രമാണത്.

വായനക്കാരുടെ അനിവാര്യമായ ഈ എതിർപ്പ് (resistance) ചികിത്സയോടുള്ള എതിർപ്പിന്റെ രൂപാന്തരം മാത്രമാണ്. കവിത നമ്മുടെ ഇച്ഛകൊണ്ടു നെയ്തെടുത്ത ഒരാവരണമാകുന്നു-'ഇച്ഛാശബളകംബളം'. അതിന്റെ അനാവരണം തുറന്ന സമുദായത്തിലല്ല, രഹസ്സമാഗമത്തിലാണ് നിറവേറ്റേണ്ടത്. 'സരസ്വത്യാസ്തത്ത്വം'- കവിയും സഹൃദയനും ചേർന്നു പൂർത്തീകരിക്കുന്ന സംവാദമാകുന്നു കവിത. കവിതയുടെ ഈ രഹസ്യാത്മകത്വം ഭാഷയുടെയും സമുദായത്തിന്റെയും അട്ടിമറിയാണെന്നു പുതിയ നിരൂപകന്മാർ പറയുന്നു. നിയമങ്ങൾ ലംഘിക്കുന്നു എന്നതാണ് കവിതയുടെ അർത്ഥം-വ്യാകരണം നിഷേധിക്കുന്നു എന്നതാണ് കാവ്യജീവിതത്തിന്റെ വ്യാകരണം.

ശബ്ദാർത്ഥങ്ങൾ അനുശാസിക്കപ്പെടുമ്പോൾ അനുഭവം ശാസിക്കപ്പെടുന്നു എന്ന ബോധം നിരൂപണത്തിൽ മുമ്പും ഉണ്ടായിരുന്നു. ഭാഷയെ നിർവചിക്കുമ്പോൾ നാം ജീവിതത്തെ നിയന്ത്രിക്കുന്നു. വാക്യഘടന, ജീവിതഘടനയെ രേഖപ്പെടുത്തുന്ന തന്ത്രമാണെന്ന് ഇന്നു നാം മനസ്സിലാക്കിയിരിക്കുന്നു. ഒരു മഹാവാക്യത്തിൽ, നിർണ്ണീതമായ ഒരു പുരുഷാർത്ഥസഞ്ചയത്തിൽ, ആത്മാവിനെ നിബന്ധിക്കുകയാണ് അന്വയം ചെയ്യുന്നത് എന്നും നമുക്കറിയാം.

അതുകൊണ്ട് അർത്ഥത്തെയും അന്വയത്തെയും ഭേദിക്കുമ്പോൾ നാം ജീവിതത്തിന്റെ അർത്ഥത്തെയും വ്യാകരണത്തെയും ഭേദിക്കുന്നു.

ഇതൊരൊത്തുതീർപ്പാകാം-ഇതൊരു കലാപമാകാം. ഉറക്കുന്നതോ ഉണർത്തുന്നതോ ആയ കവിതാരീതികളാകാം. ശ്ലേഷവും രൂപകവും പ്രത്യനീകവും ഒത്തുതീർപ്പിന്റെ തന്ത്രങ്ങളാണെന്ന് കവികൾക്കറിയാമായിരുന്നു. അതാണ് സ്വപ്നത്തിന്റെ തന്ത്രവും എന്ന് ഫ്രോയ്ഡ് കണ്ടെത്തുകയുണ്ടായി. 'കവിതയുടെ സ്വപ്നതന്ത്രം' എന്ന അധ്യായത്തിൽ ക്രിസ്റ്റോഫർ കോഡ് വെൽ ഇക്കാര്യം വിവരിക്കുന്നുണ്ട്. തലയിൽനിന്നു പറിച്ചെടുത്തു സമുദായത്തിൽ തലകീഴായി നടുന്ന ഇച്ഛയാകുന്നു കവിത! (poetry is an inverted dream.) സ്വപ്നഭാഷയെക്കുറിച്ചുള്ള അറിവുകൾ നിരൂപണത്തെ എങ്ങനെ അടിമുടി മാറ്റിത്തീർത്തു എന്ന് നാം അറിഞ്ഞുകൊണ്ടേയിരിക്കുന്നതേയുള്ളൂ. അബോധത്തിൽ തലചായ്ച്ചുറങ്ങുകയും ബോധത്തിൽ തലയുയർത്തി നില്ക്കുകയും ചെയ്യുന്ന ഇരുതലയുള്ള ശിശുവാണ് വാക്ക് എന്നു ഇന്നു നാമറിയുന്നു. വ്യാകരണം പിതാവിന്റേതാണെന്നും, അധികാരിയുടേതാണെന്നും, ഉടമയുടേതാണെന്നും ഭാഷാപരമായ ആധിപത്യത്തിൽ വർഗ്ഗപരവും ദേശീയവും ലിംഗപരവും ആയ മർദ്ദനമുണ്ട് എന്നും നാം മനസ്സിലാക്കിത്തുടങ്ങിയിരിക്കുന്നു. ഭാഷയുടെ ശില്പം സമുദായശില്പം തന്നെയാണ് എന്നാണിതിനർത്ഥം. ഭാഷയുടെ ഉള്ളിലേയ്ക്കുപോകുന്ന കവികൾ പലപ്പോഴും സമുദായത്തിന്റെ ഉള്ളുകള്ളികളാണ് പുറത്തുകൊണ്ടുവരുന്നത്. അപ്പോൾ കവിയുടെ ഭാഷ പ്രതീകാത്മകമോ വ്യംഗ്യാത്മകമോ ക്ലിഷ്ടമോ അസ്പഷ്ടമോ വക്രമോ ആയിത്തീരുന്നു.

ഫ്രോയ്ഡിന്റെ ഉൾക്കാഴ്ചകളെ ഭാഷയുടെയും സമുദായത്തിലെ വർഗ്ഗബന്ധങ്ങളുടെയും തലത്തിൽവച്ച് വ്യാഖ്യാനിക്കുന്ന രീതിയാണ് ഇന്നു നിരൂപണത്തിൽ വ്യാപകമായിക്കൊണ്ടിരിക്കുന്നത്. നമ്മുടെ സംസ്കാരം എന്ന ഫാബ്രിക്കേഷനു പകരമായി, മെച്ചമായി മറ്റൊരു സംസ്കാരമുണ്ടാകുമോ എന്ന അന്വേഷണത്തിന്റെ കയങ്ങളിലേയ്ക്കു ഇതു നമ്മെ കൊണ്ടെത്തിക്കുന്നു.

എം.എൻ. വിജയൻ

സഹ്യന്റെ മകൻ

വൈലോപ്പിള്ളിക്കവിതകൾ വായിക്കുമ്പോഴെല്ലാം അവയിൽ നിറഞ്ഞുനിൽക്കുന്ന ഗന്ധബിംബങ്ങളുടെ പെരുപ്പവും കരുത്തും എന്നെ അധികമധികം അത്ഭുതപ്പെടുത്തിപ്പോന്നിട്ടുണ്ട്. മറ്റു കേരളീയ കവികളിലോ ലോകകവികളിൽത്തന്നെയോ ഇത്രയും ഗാഢവും നിരന്തരവും ആയ ഒരു ഭാവനാശൈലി കാണുവാൻ കഴിഞ്ഞിട്ടില്ല. നാഗരികന്മാരുടെ ഉദ്ദാമ യൗവനകഥകൾ രതിപരിമളം കൊണ്ട് വരച്ചു കാണിച്ച *മേഘസന്ദേശ*ത്തിലെ കാളിദാസനും

"എവിടെ മണമിതുൽഭവിപ്പവങ്ങെ-
ന്നവിതഥ ജീവിതദൈവതം വസിപ്പൂ,"

എന്നു ലീലയുടെ പ്രണയിയെ മണത്തറിയുന്ന കുമാരനാശാനും വൈലോപ്പിള്ളിയുടെ നേരിയ മുഖച്ഛായയുള്ളവരാണ്. എന്നാൽ ജി. ശങ്കരക്കുറുപ്പിന്റെ കവിത ഈ ഗന്ധലോകത്തിൽനിന്നു മൗലികമായി അകന്നു നിൽക്കുന്നു. പ്രപഞ്ചം, ജി.ക്കു ഒരു മൃദുലമഹാസ്പർശവും സ്പർശത്തിൽനിന്നുള്ള ഒരു മഹാമുക്തിയും ആയിത്തീർന്നിരിക്കുന്നു. മൃദുലചർമ്മത്വം എന്നും ഈ സ്വഭാവത്തെ ചുരുക്കി വിളിക്കാം. ഇതിൽ നിന്നുളവാകുന്ന ഭാവമാർദ്ദവമാണ് ജി.യുടെ സർവ്വോത്തരമായ ഒരു വൈശിഷ്ട്യം. സ്പർശനേന്ദ്രിയത്തിന്റെ അതിസംവേദനത്തിൽനിന്ന്, ഇക്കിളിയിൽനിന്ന്, ഉയർന്നു പറക്കലാണ് അദ്ദേഹത്തിന്റെ ആകാശതാല്പര്യം എന്നൂഹിക്കാവുന്നതാണ്. സൂര്യൻ, ചന്ദ്രൻ, നക്ഷത്രങ്ങൾ എന്നീ ദിവ്യന്മാരും സന്ധ്യ, ഉഷസ്സ്, മേഘം, മഴവില്ല് തുടങ്ങിയ വിദൂര സൗന്ദര്യങ്ങളും അങ്ങനെ തന്റെ രതിരോഷങ്ങളുടെ കഥാപാത്രങ്ങളായി. 'നിമിഷ'ത്തിലെ കാലശലഭത്തിന്റേയും വിശ്വദർശനത്തിലെ കവിശലഭത്തിന്റെയും ഉഡ്ഡയനം സ്പർശസുഖത്തോടുള്ള ഒരു പ്രതിക്രിയ പരിണാമമാണ് (Reaction Formation) എന്നും പറയാവുന്നതാണ്.

ഭൂതവും ഭാവിയും

വൈലോപ്പിള്ളിയിൽ സ്പർശം ഗണ്യമായ ഒരു ഇന്ദ്രിയസംവേദനമല്ല. ചർമ്മമാർദ്ദവം തനിക്ക് ഒരു പ്രശ്നമായിരുന്നിട്ടുണ്ട് എന്നും തോന്നുന്നില്ല. ഇക്കിളികളിൽനിന്നോടിപ്പോകുകയല്ല. നിന്നിടത്തുനിന്ന് അവയെ ആട്ടിയോടിക്കുകയാണ് വൈലോപ്പിള്ളിയുടെ രീതി:

"ഞാനിക്കിളികളെയാട്ടിയോടിക്കും"

ഓടിപ്പോകുന്ന ഈ കിളികൾക്ക് പകരമായി ഗന്ധവാഹന്റെ കുളിരലകൾ പറന്നടുക്കുന്നു.

വള്ളത്തോളിലും അതിലുമേറെ എൻ.വി. കൃഷ്ണവാരിയരിലും അനുഭവമെന്നത് ഒരു ദൃശ്യരൂപപരമ്പരയാകുന്നു. പ്രത്യക്ഷവും മാനസപ്രത്യക്ഷവും തന്നെയാണവരുടെ ലോകം. ലോകം മുഴുവനും അവർ നടന്നുകാണുന്നു. സാമാന്യതയാണ് അവരുടെ അസാമാന്യത; വർത്തമാനമാണവരുടെ കാലം. 'നന്നങ്ങാടിക'ളിൽ കൃഷ്ണവാരിയർ, ചരിത്രാതീത കാലത്തെ വർത്തമാനകാലമാക്കി സ്ഥലത്തിൽ വിരിച്ചിട്ടിരിക്കുന്നു. സ്ഥലത്തിൽനിന്നെന്നപോലെ കാലത്തിൽനിന്നും കുതിച്ചുപായുന്ന ജി.ഭാവികാലത്തിന്റെയും ഫ്രാൻസിസ് ബറിയുടെ ശൈലിയിൽ പറഞ്ഞാൽ, ഭാവികാലക്രിയാരൂപങ്ങളുടെയും കവിയാകുന്നു.

"ഞാനനാഗതമായ കാലത്തിൻ കവി, ചെവി-
യെനിക്കേകേണ്ട ഭവൽക്കാലം,"

എന്ന് ഇഖ്ബാലിനെ അനുവദിച്ച് ശങ്കരക്കുറുപ്പ് പാടിയിട്ടുണ്ട്. ഇക്കിളിപ്പെടുത്തുന്ന ഭൂതവർത്തമാനങ്ങളിൽനിന്നു കയ്യെത്താത്ത ഭാവിയിലേക്ക് കുതിക്കുവാനാണ് ജി.ക്കിഷ്ടം. 1951-ലെഴുതിയ 'കുടിയൊഴിക്ക'ലിൽ ഭാവിവിപ്ലവത്തെ ഭൂതകാലചരിത്രമാക്കി തിരുത്തിയെഴുതിയ വൈലോപ്പിള്ളി മൗലികമായി ഭൂതകാലത്തിന്റെയും ഭൂതകാലക്രിയാരൂപങ്ങളുടേയും കവിയാണ് എന്നതിനും സംശയമില്ല.

കൃഷ്ണവാരിയരെപ്പോലെ 'ചരിത്രത്തെ വാർത്ത'യാക്കിത്തീർക്കുന്ന ഒരു ഭാവനയ്ക്ക് എന്തെന്തു നേട്ടങ്ങളുണ്ടാകാമെന്നതിന് 'ആഫ്രിക്ക'യും ഈ സിദ്ധി എത്ര വലിയ ഒരു അഭിശാപമാകുമെന്നതിന് 'കൊച്ചുതൊമ്മ'നിലെ റബ്ബറെസ്റ്റേറ്റും ഉദാഹരിക്കാവുന്നതാണ്. 'അലക്സിസ് പുണ്യവാളൻ', 'ഒരു പഴയ പാട്ട്', 'മദിരാശിയിൽ ഒരു രാത്രി', തുടങ്ങിയ കവിതകളിലും വാരിയർ പരീക്ഷിച്ചുനോക്കുന്നത് ഈ പനോരമിക് ചിത്രചിന്താരീതിതന്നെയാണ്. സ്ഫുടസ്മൃതിയായിത്തീരുന്ന ദൃശ്യചിത്രസമൃദ്ധിയാണ്, വാസ്തവത്തിൽ പരിമിതമായ എൻ.വി.യുടെ ഭാവനയ്ക്കു

പൂരകമായിത്തീർന്നിരിക്കുന്നതും. നീർത്തിയിട്ട ഒരു ചിത്രകമ്പളംപോലെ അതു നമ്മെ അകലെനിന്നാകർഷിക്കുന്നു.

ഗന്ധബിംബങ്ങൾ

വൈലോപ്പിള്ളിക്കവിതയെക്കുറിച്ച് ഇങ്ങനെയൊന്നും അവകാശപ്പെടുവാൻ കഴിയുമെന്ന് തോന്നുന്നില്ല. അതു വർണ്ണശബളമോ അഭൗമമോ മഹാവേഗമോ അല്ലതന്നെ. സാഹിത്യത്തിന്റെ ഇണമുലയായി ആചാര്യൻ വർണ്ണിച്ച സംഗീതവും വൈലോപ്പിള്ളിക്ക് അനർഗളമായി ചുരത്തിക്കിട്ടുന്നില്ല. തെറ്റാത്ത താളമുണ്ടെങ്കിലും രാഗസൗഭാഗ്യം വൈലോപ്പിള്ളിക്കവിതയിൽ കുറവുതന്നെ. എങ്കിലും, മറ്റെല്ലാ ഇന്ദ്രിയങ്ങളും മയങ്ങുമ്പോഴും ഇമവെട്ടാതെ ഉണർന്നിരിക്കുന്ന ഗന്ധങ്ങളുടെ ഒരു സാമ്രാജ്യം വൈലോപ്പിള്ളിക്കുണ്ട്.

"അമൃതിൻ മണമെന്റെ
ജീവനിൽ തളിച്ചിട്ടു-
ണ്ടതിലല്പമെൻ പാട്ടിൽ
വാറ്റുവാൻ കഴിഞ്ഞെങ്കിൽ!"

അമൃതമായ-- ഓർമ്മയായിത്തീർന്നു മരണത്തെ ജയിച്ച -- അനുഭവത്തിന്റെ മണമാണ് വൈലോപ്പിള്ളിക്കവിതയുടെ ജീവൻ. ഈ അർത്ഥത്തിലാണ് വൈലോപ്പിള്ളിയിൽ ഗന്ധം ഉറങ്ങുന്നതേയില്ല എന്നു പറയുന്നത്. ഈ വസ്തുതയെക്കുറിച്ചുള്ള സഹജമായ സൂക്ഷ്മബോധംകൊണ്ടാവാം അദ്ദേഹം 'ഗന്ധങ്ങൾ' എന്ന കവിതയെഴുതിയതും.

"നൈതലാമ്പലിൻ പൂവും
കൊയ്തു തണ്ടുണങ്ങാത്ത
കറ്റയും, കൗമാരത്തിൻ
കൗതുകം പുലർമഞ്ഞിൽ
കത്തിക്കുമിലകളും,
പുതുപുസ്തകങ്ങളു-
മാദ്യവർഷത്താലുദ്യൽ-
പുളകം മണ്ണും കടലപ്പിലാടിയ കാറ്റും
വേർപ്പുമുത്തേലും തൊഴി-
ലാളർ തൻ മെയ്യും വ്രീളാ-
വായ്പിനാലർദ്ധസ്പൃഷ്ട-
മനുരാഗത്തിൻ ചുണ്ടും
അമൃതിൻ മണമെന്റെ
ജീവനിൽ തളിച്ചിട്ടു-

ണ്ടതിലല്പമെൻ പാട്ടിൽ
വാറ്റുവാൻ കഴിഞ്ഞെങ്കിൽ!"

ഇവയിൽ അവസാനത്തേതായ, അനുരാഗത്തിന്റെ ചുണ്ടുകൾക്ക് ലില്ലിപ്പൂവിന്റെ --തന്റെ കവിതയുടെ-- സുഗന്ധം തന്നെയാണുള്ളത് എന്ന് കവി മറ്റൊരിടത്ത് സ്ഥാപിച്ചിട്ടുമുണ്ട്.

"അനുരാഗിണിയായ കന്യതൻ ശ്വാസംപോലെ-
യതിപാവനമായ ഗന്ധവും ചേരും നിങ്ങൾ."
(ലില്ലിപ്പൂക്കൾ)

അനുരാഗിണിയുടെ നിശ്വാസം മാത്രമല്ല, നവോഢയായ പ്രിയതമയുടെ സർവസ്വവും നിറഞ്ഞുനിൽക്കുന്ന ഒരു മഹാസുഗന്ധമാണെന്നും കവി പിന്നീട് കണ്ടെത്തുകയുണ്ടായി.

"സുന്ദരമാരോമലേ
സുഗന്ധോല്ലസിതമീ
നിൻ തനുവസന്തത്തിൽ
പൂത്ത കാനനംപോലെ
ആയതിൽ മദിക്കെ ഞാ-
നങ്ങിങ്ങു കണ്ടേൻ നിന്റെ
മായികഹൃത്താം പുള്ളി-
മാനിന്റെ കളിയാട്ടം."
(നിന്റെ ഹൃദയം)

വസന്തത്തിൽ പൂത്തു നിൽക്കുന്ന ഈ കാനനത്തിൽ കൂടിയാണ് പണ്ട് ഗജരൂപിയായ ഹരനെപ്പോലെ, വൈലോപ്പിള്ളി മദിച്ചു നടന്നത്. ഈ കഥ 'സഹ്യന്റെ മക'നിൽ വിവരിച്ചിട്ടുണ്ട്.

'നീളവേ നടന്നാനാ
നിസ്പൃഹൻ വസന്തത്തിൻ
കാലടി മണം കോലും
കാട്ടുപാതയിലൂടെ'

കണ്ടതെല്ലാം തല്ലിത്തകർത്തുകൊണ്ടും കണ്ടവരെയെല്ലാം ചവിട്ടിയരച്ചുകൊണ്ടും കാമോന്മത്തനായി നടക്കുന്ന ഈ സാഡിസ്റ്റ് കാമുകനു കൊല സ്നേഹംതന്നെയാണ്.

"നിർഗ്ഗതലമെന്നാ-
ലുഗ്രവീര്യം തന്നുടൽ
നിഗ്രഹോൽസുകം സ്നേഹ-
വ്യഗ്രമെങ്കിലും ചിത്തം."

ഗന്ധം വൈലോപ്പിള്ളിക്കവിതയിൽ, വിചിത്രമായ രതിതന്നെയാണെന്നു സ്ഥാപിക്കാൻ മറ്റു തെളിവുകൾ ആവശ്യമില്ല. ഈ രതി, മറ്റൊരർത്ഥത്തിൽ, തന്റെ ജീവിതരതിതന്നെയായ കവിതയാണ് എന്നും കാണുവാൻ കഴിയും. വർക്കത്തുകെട്ട താറാവു രാജഹംസമായി (വർക്കത്തുകെട്ട മനുഷ്യൻ മഹാകവിയായി) മാറുന്ന പ്രശസ്ത കവിതയിൽ, നിഷ്കാസിതനായ കലാകാരൻ അനുഗൃഹീതനായി, അംഗീകൃതനായിത്തീരുന്ന കഥ അനുപമ ഭംഗികളോടെ ആവിഷ്കരിക്കപ്പെട്ടിട്ടുണ്ട്.

“ഭാവനയേക്കാൾ ഭംഗിയെഴും വന-
ദേവതപോലതിലൊരു കളഹംസി
സ്വർഗ്ഗസുഗന്ധിച്ചുണ്ടുകളാൽ തൻ
കൊക്കിലുരുമ്മിച്ചുംബിക്കേ
പുളകം പൂണ്ടവനൊന്നു തരിച്ചു
പുലരിത്താമര മലർപോലെ.”
(വർക്കത്തുകെട്ട താറാവ്)

കവിത ഒരു സുഗന്ധമായി, ചുംബനമായി, ദീപ്തരതിയായി തന്നിൽ കിനിഞ്ഞിറങ്ങിയിരിക്കുന്നു. സ്മൃതിയും ഭാവനയുമായി കവിയുടെ മാനസികാന്തരീക്ഷത്തിൽ തിങ്ങിനിൽക്കുന്ന ഈ സുഗന്ധം, വാസ്തവത്തിൽ, ജീവിതത്തിൽനിന്നു സംഭരിച്ച അനുഭൂതികളുടെ സുഗന്ധംതന്നെയാണ്. ലോകത്തെ ഉൾക്കൊള്ളുവാൻ വൈലോപ്പിള്ളിക്കുള്ള സഹജ മൗലികമാർഗ്ഗം ഗന്ധങ്ങളുടെതാണ് എന്നത്രേ ഇതിനർത്ഥം. സഞ്ചിതാനുഭൂതികളുടെ ആവിഷ്കരണത്തിലുള്ള അസാമാന്യമായ ഈ തീക്ഷ്ണതയെയാണ് ഗന്ധബിംബങ്ങളുടെ കരുത്തെന്നതുകൊണ്ടുദ്ദേശിക്കുന്നത്.

“നാട്ടുമാവുകൾ തോറുമേ തെക്കൻ
കാറ്റുവാസനത്തീയെരിയിക്കേ.”

കാമദേവന്റെ അഞ്ചു സൗഗന്ധികബാണങ്ങളിൽ ഒന്നായ മാമ്പൂവിനെക്കുറിച്ച് മറ്റാരും ഇത്രയും തീവ്രാനുഭൂതിയോടെ പാടിയിട്ടുണ്ടെന്നു തോന്നുന്നില്ല. വാസന തീയാണെന്ന്, കാറ്റിൽ പെരുത്തു പരക്കുന്ന കാമം അഥവാ രേതസ്സുതന്നെയാണെന്നു നമ്മുടെ പനിനീർപ്പൂക്കവികൾക്ക് പാടാൻ കഴിയുകയില്ല. ഗന്ധബിംബങ്ങൾക്കുള്ള ഈ അപൂർവ്വവൈകാരികഭാരം വൈലോപ്പിള്ളിയിൽ ഓരാകസ്മികത്വമില്ല, സാർവത്രികമായ മൗലികത്വംതന്നെയാകുന്നു.

മനഃശാസ്ത്രത്തിന്റെ കാഴ്ചപ്പാടിൽ

ഗന്ധങ്ങളിൽ അസാധാരണമായി അഭിരമിക്കുകയും സ്ഥലകാലങ്ങളിലേയ്ക്കുയർത്തിപ്പിടിച്ച ഭാവനകൊണ്ട് ജീവിതത്തിൽ പരതി

നടക്കുകയും ചെയ്യുന്ന ഈ സഹ്യപുത്രനെ ഞാൻ എന്നും കൗതുകത്തോടെ നോക്കിനിന്നിട്ടുണ്ട്. അവന്റെ നീണ്ട മൂക്ക് കുറിയ കണ്ണുപോലെ മറ്റൊരു കൗതുകവസ്തുവാണെന്നേ തോന്നുമായിരുന്നുള്ളൂ. അവന്റെ ഗന്ധതാത്പര്യത്തെ കവിതയുടെ നറുമണം എന്നു പേരിട്ടു തൃപ്തിപ്പെടുകയും ചെയ്യാമായിരുന്നു. പക്ഷേ, വാസിതമായ ഈ കൊടിയടയാളത്തിനു പിന്നിൽ മനുഷ്യസ്വഭാവത്തിന്റെ സവിശേഷമായ ഒരു വ്യൂഹം രൂപീകൃതവും സന്നദ്ധവുമായി നിൽക്കുന്നുണ്ട് എന്ന് മാനസികാപഗ്രഥനത്തിന്റെ വെളിച്ചത്തിൽ കാണുവാൻ കഴിയും. ഗന്ധത്തിന്റെ കൂറ പാറുന്ന ഈ വ്യൂഹം വാസ്തവത്തിൽ ആനൽ ഇറോട്ടിക് സ്വഭാവശൈലിയുടെ പാറ്റേൺതന്നെയാകുന്നു. ഉദാത്തതയെ ഉപഹാസ്യമാക്കലാണിത് എന്നു തോന്നുന്നവരുണ്ടാകാം. ഈ തോന്നലിനു മറുമരുന്നില്ല. പുതിയ വിജ്ഞാനം ഏതു കലാരൂപത്തിന്റെയും അർത്ഥത്തെ സൂക്ഷ്മവും ഗംഭീരവും ആക്കുകയേ ഉള്ളൂ. പുതിയ കാഴ്ചപ്പാടും പുതിയ ഭാവബന്ധങ്ങളും അതു കൃതികൾക്ക് നൽകും. ഏതു നിരൂപണത്തിന്റെയും പാര്യന്തികലക്ഷ്യം ഇതിൽ കവിഞ്ഞ ഒന്നായിരിക്കും എന്നു കരുതുവാൻ വയ്യ. മനുഷ്യപ്രകൃതിയെക്കുറിച്ച് ഈ യുഗത്തിലുണ്ടായിട്ടുള്ള ഏറ്റവും മികച്ച ഉൾക്കാഴ്ചയായ മാനസികാപഗ്രഥനത്തെ സാഹിത്യവിമർശനത്തിൽ നിന്നൊഴിച്ചുനിർത്തുന്നതിന് ഒരു ന്യായവും ഞാൻ കാണുന്നില്ല.

സ്വഭാവശാസ്ത്രത്തെക്കുറിച്ചുള്ള ഫ്രോയ്ഡിന്റെ പഠനങ്ങൾ കുറച്ചേ ഉള്ളൂവെങ്കിലും വളരെ ശ്രദ്ധാപൂർവ്വം രചിക്കപ്പെട്ടിട്ടുള്ളവയാണ്. തനിക്ക് ഇടയ്ക്കിടക്ക് ലഭിച്ചുകൊണ്ടിരിക്കുന്ന ഉൾക്കാഴ്ചകളുടെ താക്കോലുകൾ മാത്രമേ അദ്ദേഹം തന്നുപോയിട്ടുള്ളൂ. മനുഷ്യശരീരത്തിന്റെ മൂന്നു കവാടങ്ങളായ ജനനവിസർജ്ജനേന്ദ്രിയങ്ങൾക്കും വായയ്ക്കും ഗാഢമായ ലൈംഗികപ്രാധാന്യമുണ്ടെന്ന് 1905-ൽതന്നെ വിശദീകരിച്ചിരുന്നു. അമ്മയിൽനിന്നും ആദ്യമായി വേർപ്പെട്ടതിനുശേഷം ശിശുവിനെ വീണ്ടും അമ്മയോടും ലോകത്തോടും ബന്ധിപ്പിക്കുന്നതും ആഹാരനിരാഹാരങ്ങളിൽക്കൂടി സുഖദുഃഖങ്ങളനുഭവിപ്പിക്കുന്നതും ആയ അവന്റെ അവയവമാകുന്നു വായ; പ്രപഞ്ചത്തെ ഉൾക്കൊള്ളുവാൻ അവനുള്ള ആദ്യോപകരണം. മുലക്കണ്ണ് ചപ്പുന്ന ശിശുവിന്റെ ആദ്യാനുഭൂതികൾ അവന്റെ ഭാവിസ്വഭാവത്തിന്റെ പല പാറ്റേണുകളും നിർമ്മിക്കുന്നു. 1910-കാലത്ത് പ്രസിദ്ധം ചെയ്തതും പിന്നീട് കലാനിരൂപണത്തിലെ ക്ലാസ്സിക്കായിത്തീർന്നതുമായ 'ലിയനാർഡോ' പഠനത്തിൽ ഓറൽ അനുഭൂതികൾ ആ കലാകാരനെ എങ്ങനെ രൂപപ്പെടുത്തി എന്ന് ഫ്രോയ്ഡ് തെളിയിച്ചിട്ടുണ്ട്. ഇതൊരു ഭോഷ്കാണെന്നും വായ്ക്കെന്തു ലൈംഗികത്വമാണുള്ളത് എന്നും വാദിച്ച ഒരു സർവ്വകലാശാലാ

പ്രഫസറോട് "നിങ്ങൾ ഭാര്യയെ ചുംബിച്ചിട്ടുണ്ടോ?" എന്നു ചോദിച്ചു പോകാതിരിക്കുവാൻ നന്നേ പണിപ്പെടേണ്ടിവന്നു.

ശിശുവന്റെ രണ്ടാമത്തെ ലൈംഗികഘട്ടം വിസർജ്ജനപ്രക്രിയ സാധിക്കുന്നതിലും അധിഷ്ഠിതമായിരിക്കുന്നു. അന്നു യൂറോപ്പിലെന്നപോലെ ഇവിടെ ഇന്നും ഈ ആശയം അരോചകവും ക്ഷോഭകരവുമാണ്. വിരേചനത്തെ സഹായിക്കുന്ന ഗ്രന്ഥികൾക്കും മറ്റും ജനനേന്ദ്രിയത്തോടുള്ള അടുപ്പം ഈ ക്രിയക്ക് വലിയ വൈകാരിക (സുഖദുഃഖ) മൂല്യം നൽകുന്നു. ഒരു സാധാരണ ശിശു വളർന്നുവരുമ്പോൾ വദനതലത്തെയെന്നപോലെ ഈ ലൈംഗിക തലത്തേയും അവൻ സാധാരണമായിത്തന്നെ തരണം ചെയ്തുകൊള്ളും. കർശനമായ നിയന്ത്രണംകൊണ്ടും അതിനൈർമ്മല്യക്കാരുടെ പരിചരണംകൊണ്ടും അവന്റെ ഭാവനകൾ ഈ തലത്തിൽ കുടുങ്ങിപ്പോയി എന്നുവരാം. വേഗങ്ങൾ നിരോധിച്ചു നിൽക്കുക എന്നത് അവന് അപൂർവ്വമായ ഒരാഭ്യന്തരസുഖം നൽകുന്നതോടൊപ്പം തന്റെ ഇച്ഛാശക്തിയും അഭിമാനബോധവും പ്രകടിപ്പിക്കുവാനുള്ള അവസരവും ഉണ്ടാക്കുന്നു. ഇച്ഛാധീനമായിത്തീരുന്ന വേഗം, അതിനുവേണ്ടി ചെലവഴിക്കപ്പെടുന്ന ഇച്ഛാശക്തിയുടെ ഭാരത്താൽ കൂടുതൽ വിലയുറ്റതായിത്തീരും. ഇതെത്ര വലിയ ഒരായുധവും സമ്മാനവും ആണ് എന്ന് അവനും ബുദ്ധിയുള്ള അച്ഛനമ്മമാർക്കും അധ്യാപകർക്കും അറിയാം.

അങ്ങിനെ ലൈംഗികമായ വളർച്ചയുടെ രണ്ടാം ഘട്ടത്തിൽ വേഗം നിരോധിക്കലും പിന്നീടതു സാധിക്കലും ശിശുവിന്റെ അഗാധമായ ആനന്ദമായിത്തീരും-- ഇത് അവന്റെ സ്വഭാവത്തെ സവിശേഷമായി, ശക്തമായി രൂപപ്പെടുത്തും എന്ന് ഫ്രോയ്ഡ് ശ്രദ്ധാപൂർവ്വം കണ്ടെത്തി. ഫ്രോയ്ഡിയൻ സ്വഭാവശാസ്ത്രത്തിന്റെ തുടക്കം എന്നു പറയാവുന്ന ഒരു ലഘുപ്രബന്ധം 1908-ലെഴുതപ്പെട്ടത് ഇങ്ങനെയാണ്.[1] ശരീരത്തിന്റെ ആഭ്യന്തരപ്രവർത്തനങ്ങളിൽ രമിക്കുന്ന ആനൽ[2] സ്വഭാവധാരകളുടെ ലഘു വിവരണം ഈ പ്രബന്ധത്തിലുണ്ട്. അമിതമായ ചിട്ട, പിശുക്ക്, കടുംപിടുത്തം (Orderliness, Parsimony, Obstinacy) എന്നിവയാണ് ഫ്രോയ്ഡ് ചൂണ്ടിക്കാണിക്കുന്ന പ്രത്യേകതകൾ. ഫ്രോയ്ഡിനെ പിന്തുടർന്ന് ജോൺസ്, സാഡ്ഗർ, അബ്രഹാം എന്നീ അനലിസ്റ്റുകൾ ആനൽ സ്വഭാവത്തെക്കുറിച്ച് വിപുല പഠനങ്ങൾ പ്രസിദ്ധം ചെയ്തിട്ടുണ്ട്. അവരുടെ വെളിച്ചമാണ് ഈ പ്രബന്ധത്തിൽ ഞാനുപയോഗിച്ചിട്ടുള്ളത്.

1 Character and Anal eroticism

2 മലദ്വാരമെന്നർത്ഥം വരുന്ന anus എന്ന പദത്തിൽനിന്ന്. ആസ് (ലാറ്റിൻ-സംസ്കൃതം) - ഇരിക്കുക

കോപ്രോഫീലിയ

തന്റെ ശരീരത്തിൽനിന്നു പുറത്തുവരുന്ന വിസർജ്ജനത്തിന്റെ ആർദ്രവും മന്ദോഷ്ണവുമായ സ്പർശം, ശിശുവിന് സുഖദമായ ഒരു അനുഭവമാണ്. സംസ്കൃതചിത്തനായ മുതിർന്ന മനുഷ്യന് ഇതോർക്കാൻപോലും വിഷമമായിരിക്കും. ഈ സ്പർശന സുഖം അതിനോടനുബന്ധിച്ച ഗന്ധമോക്ഷത്തെയും സുഖകരമായ അനുഭവമാക്കിത്തീർക്കുന്നു. ആനൽ സ്വഭാവത്തിൽ ഗന്ധം ഒരു മുഖ്യതാല്പര്യമായിത്തീരുന്നതിങ്ങനെയാണ്. സംസ്കരിക്കപ്പെടുന്ന പുരീഷ താല്പര്യം (Coprophilia) ചായക്കൂട്ടുകളിലും പ്രതിമാ നിർമ്മാണത്തിലും ഉള്ള വൈദഗ്ദ്ധ്യമാകുന്നതുപോലെ ഗന്ധതാല്പര്യം സുഗന്ധവ്യവസായമായി വളരുന്നു.

കവികളിൽ ഇത് ഗന്ധബിംബങ്ങളുടെ വാങ്മയ വ്യവസായമാണ്. അകിൽ, ചന്ദനങ്ങളുടേതല്ല എന്നേ വ്യത്യാസമുള്ളൂ. നിറങ്ങളിൽ നിങ്ങൾ മഞ്ഞ മാത്രം ഇഷ്ടപ്പെടുകയോ ഒരു പ്രതികരണമെന്ന നിലയ്ക്ക് മഞ്ഞയെ കഠിനമായി വെറുക്കുകയോ ചെയ്തേക്കാം. നമ്മുടെ നാഗരികത, ലോഹങ്ങളിൽ, സ്വർണ്ണത്തെ 'അകാരണമായി' വിലമതിക്കുന്നതിന് ഇത് കാരണമാകുന്നു. സ്വർണ്ണത്തിന് സുഗന്ധമില്ലല്ലോ എന്നതു മാത്രമാണ് നമ്മുടെ ദുഃഖം. 'മാമ്പഴ'ത്തിൽക്കൂടി സ്വർണ്ണസുഗന്ധങ്ങൾ സമന്വയിച്ച് ഈ ദുഃഖം പരിഹരിക്കുവാൻ വൈലോപ്പിള്ളി ശ്രമിച്ചിട്ടുണ്ട്.

"തുംഗമാം മീനച്ചൂടാൽ-
തൈമാവിൻ മരതക-
ക്കിങ്ങിണി സൗഗന്ധിക-
സ്വർണ്ണമായ്ത്തീരും മുമ്പേ
മാങ്കനി വീഴാൻ കാത്തു
നിൽക്കാതെ മാതാവിന്റെ
പൂങ്കുയിൽ കൂടുംവിട്ട്
പരലോകത്തെപ്പൂകി."

ഈ പ്രബന്ധം വൈലോപ്പിള്ളിക്കവിതയിലെ ആനൽ സ്വഭാവഘടകങ്ങളെക്കുറിച്ചുള്ള ഒരന്വേഷണമാണ്. വൈലോപ്പിള്ളിയുടെ സൗഗന്ധികസ്വർണ്ണം നമ്മുടെ ആബോധമനസ്സിലുറങ്ങുന്ന ആനൽചിത്തവൃത്തികളെ ഉണർത്തി താലോലിക്കുന്നു. പ്രാചീന ബാബിലോണിയൻ കഥകളിൽ പാതാളത്തിന്റെ പുരീഷമായി സ്വർണ്ണം വർണ്ണിക്കപ്പെട്ടിരുന്നത് ഫ്രോയ്ഡും ചൂണ്ടിക്കാണിച്ചിട്ടുണ്ട്.[3] നമ്മുടെ വൈതരണിയുടെ ഉള്ളടക്കവും മലിനവസ്തുക്കൾതന്നെ. ത്രിജടയുടെ ദുഃസ്വപ്നത്തിൽ രാവണൻ

3 Character and Anal eroticism

നഗ്നനായി, എണ്ണതേച്ച്, രാമച്ചമാല ചൂടി ഗോമയമഹാഹ്രദത്തിൽ കിടക്കുന്നതായാണ് ദർശനമുണ്ടായിട്ടുള്ളത്.[4] വിശദമായ ഒരു കോപ്രോഫിലിക് ഭാവനതന്നെ ഇത്. ഗോമയം നമ്മുടെ ശുദ്ധീകരണവസ്തുക്കളിൽ സർവ്വോത്തരമാണ് എന്നും കൂടിയോർക്കുമ്പോൾ ഇതിന്റെ നേരെ പ്രാക്തനഭാവനയുള്ള ഉഭയഭാവം (Ambivalence) സ്പഷ്ടമാകുന്നതാണ്.

"ലോലമായ് മുഖ്രിതളുള്ള നീല-
ക്കാലടിയെങ്ങു പതിഞ്ഞിട്ടുന്നോ
ആനിലമൊക്കെയും ശുദ്ധിലേല്പ
ചാണകവെള്ളം തളിച്ചപോലെ"

(കാക്ക)

എന്ന് നമ്മുടെ കവിയും കാക്കയെ പ്രശംസിച്ചിട്ടുണ്ട്. ക്ഷുദ്രതയുടെ ഈ ഉദാത്തീകരണം വാസ്തവത്തിൽ ഐതിഹാസികമായി അംഗീകരിക്കപ്പെട്ടിരുന്നു എന്ന് ഭാരതത്തിലെ 'സ്വർണ്ണഷ്ഠീവി'യുടെ കഥയിൽനിന്നറിയാം. സൃഞ്ജയരാജാവിന് പർവ്വതൻ സമ്മാനിച്ച, അല്പായുസ്സായ ബാലനായിരുന്നു സ്വർണ്ണഷ്ഠീവി. അവൻ തുപ്പുന്നത് (വിസർജ്ജിക്കുന്നത്) സ്വർണ്ണമായിരുന്നുവെന്നും വ്യാസൻ എടുത്തു പറയുന്നു.[5] സ്വർണ്ണം വിസർജ്ജിക്കുന്ന ആടിനെക്കുറിച്ചും മറ്റു മൃഗപക്ഷികളെക്കുറിച്ചും നമ്മുടെ നാടോടിസാഹിത്യത്തിൽ അനേകം കഥകളുണ്ട്. ഈ ഇതിവൃത്തത്തിന്റെ പാഠാന്തരം മാത്രമായിരിക്കണം പൊൻമുട്ടയിടുന്ന താറാവിന്റെ കഥയും. നമ്മുടെ ശ്രുതിസ്മൃത്യാദികൾ വിസ്തരിക്കുന്ന ഹിരണ്യഗർഭൻ പരമാത്മാവിനാൽ നിക്ഷിപ്തമായ സുവർണ്ണാണ്ഡത്തിൽനിന്ന് ജനിക്കുന്നു.[6] ഹിരണ്യം രേതസ്സിന്റെ ഒരു പര്യായംകൂടിയാണെന്നോർക്കുമ്പോൾ, മനുഷ്യന്റെ ആദിമഭാവനകൾ ഈ അനുഭൂതികളെ എങ്ങിനെ കൂട്ടിക്കലർത്തുന്നു എന്ന് സപ്ഷ്ടമാകുന്നതാണ്. ദക്ഷിണേന്ത്യയിലെ ചില ആദിമവാസികൾ വിസർജ്ജനത്തിൽനിന്ന് ശിശുക്കളുണ്ടാകുന്നു എന്ന് വിശ്വസിക്കുന്നതായി സ്പ്രാറ്റ് ചൂണ്ടിക്കാണിച്ചിട്ടുണ്ട്.[7] ലോകസമ്പദ്വ്യവസ്ഥയെ താങ്ങിനിർത്തുന്ന സ്വർണ്ണപ്രമാണം (Gold Standard) ഈ ശൈശവഭാവനകളിൽനിന്ന് ശക്തിയാർജ്ജിച്ചു. റഷ്യയിലെ മറപ്പുരകളിൽ സ്വർണ്ണപ്പലകകൾ വിരിച്ച് ഗോൾഡ് സ്റ്റാൻഡേർഡിന്റെ

4 സുന്ദരകാണ്ഡം -- ഭാരതം--അനുശാസനം ഗോത്രീസംവാദവും നോക്കുക.

5 അവൻ വാച്ച യഥാകാലം പൊയ്കയിൽ പത്മമാതിരി
കാഞ്ചനഷ്ഠീവിയായ്ത്തീർന്നു പേരവന്നു യഥാർത്ഥമാം - (ഭാരതം ശാന്തിപർവം 31)

6 ആപ ഏവ സസർജ്ജാദൗ താസു ബീജമവാസൃജൽ
തദണ്ഡമഭവദ്ധൈമം സഹസ്രാംശുസമപ്രഭം
തസ്മിൻ ജജ്ഞേസ്വയം ബ്രഹ്മാ സർവ്വലോക പിതാമഹഃ --(മനു1 8,9)

7 Spratt-Hindu culture and Personality

മർദ്ദം തകർക്കുമെന്ന് സ. ക്രൂഷ്ചേവ് ഒരിക്കൽ പ്രഖ്യാപിക്കുകയുണ്ടായി. “മനുഷ്യന് പരിചയമുള്ളതിൽവെച്ചേറ്റവും അമൂല്യവും മൂല്യരഹിതവുമായ വസ്തുക്കൾ തമ്മിലുള്ള വൈരുധ്യം സ്വർണ്ണത്തിന്റെയും വിസർജ്ജനത്തിന്റെയും സമീകരണത്തിന് കാരണമായി എന്നു വരാവുന്നതാണ്.”[8]

പുക, വെളിച്ചം, സ്ഫോടനം

‘പെണ്ണും പുലിയും’ എന്ന പ്രശസ്തമായ വൈലോപ്പിള്ളിക്കവിതയ്ക്കാധാരമായ നാടോടിക്കഥയുടെ തമിഴ്പ്പാഠത്തിൽ, അമ്മാളുവിനെത്തേടിയെത്തുന്ന മൂന്നു സഹോദരന്മാർ പുലിയെക്കണ്ട് പേടിച്ച് വിമോചിക്കുന്ന മൂത്രാദികളുടെ പെരുപ്പമാണ് ആ ഹിംസ്രമൃഗത്തെ അമ്പരപ്പിക്കുന്നത്. --രാക്ഷസരെന്നു കരുതി പുലി അമ്മാളുവിനെ അവർക്ക് വിട്ടുകൊടുക്കുന്നു. ക്ഷുദ്രത അമൂല്യതയാകാം എന്നതുപോലെ ദൗർബല്യം ബലവുമാകാം എന്ന് ഈ പാഠാന്തരത്തിൽനിന്ന് മനസ്സിലാക്കാം-- അത് കുഞ്ഞിന്റെ വലിയ കരുത്തും വലിയ ആയുധവും ആകുന്നു.

ആനൽ ഉദാത്തീകരണ (Anal sublimation)ത്തിന്റെ സവിശേഷത, ഗന്ധത്തിലെന്നപോലെ, പുക, വെളിച്ചം, സ്ഫോടം എന്നിവയിലുള്ള അതിതാല്പര്യവുമാകുന്നു.[9] ഭാരതീയരുടെ സ്ഫോടതാല്പര്യവും വ്യാകരണകാർക്കശ്യവും മന്ത്രവിശ്വാസവും ഇതിന്റെ ഫലമാണ് എന്ന് ബർക്കലി ഹിൽ പ്രസ്താവിച്ചിട്ടുണ്ട്.[10] വൈലോപ്പിള്ളിക്കവിതയിലെ ശബ്ദസ്ഫോടങ്ങളെക്കുറിച്ച് ഈ ലേഖനത്തിൽ പിന്നീട് പറയുന്നതാണ്. അതിനുമുമ്പ്, കാരകിൽപ്പുകകൊണ്ട് കാമിനിമാരുടെ മുടിയുണക്കിയിരുന്ന കാളിദാസപ്രഭൃതികളിൽനിന്നു വ്യത്യസ്തമായി നമ്മുടെ കവിക്ക് വെറും പുകയോടുള്ള പക്ഷപാതം സ്പഷ്ടമാക്കേണ്ടതുണ്ട്. ‘കാക്ക’യെഴുതിയ പഴയകാലത്തുതന്നെ അദ്ദേഹം സചേതനമായി, സുന്ദരമായി അതിനെ അഭിദർശിച്ചിട്ടുണ്ട്.

“മേലേ മധുരക്കിഴങ്ങുവള്ളി-
[illegible]”
“കേൾക്കാം പുളിമരക്കൊമ്പിൽനിന്നും
കാക്ക കരഞ്ഞിട്ടും താരനാദം.”

പാർവ്വതിയേയോ, ഉർവ്വശിയേയോ ലതയായിക്കണ്ട ഉദാസീനഭാവനയുടെ പ്രവർത്തനമല്ല, മൗലികമായ ഒരു ദർശനംതന്നെയാണ് വൈലോപ്പിള്ളിയുടെ ഈ വരികളിൽ കണ്ടെത്തേണ്ടത് എന്നെനിക്കു തോന്നുന്നു. സുപ്തലോകം ഉണരുന്നതിന്റെ ചിഹ്നവും ജീവിതത്തിന്റെ

---

8 Freud-Character and anal-eroticism
9 Jones-Anal erotic character traits
10 The Anal erotic facter -സ്പാറ്റ് ഉദ്ധരിക്കുന്നത്

കൊടിക്കൂറയും ആകുന്നു ഈ പുക. കച്ചിൽപ്പുകമണം തന്റെ കവിതയുടെ ഘടകവസ്തുക്കളിലൊന്നാണെന്ന് കവിതന്നെ മറ്റൊരിടത്ത് പറഞ്ഞിട്ടുണ്ട്. ഈ ഘടകം പടർന്നുകയറുന്ന ചിന്തതന്നെ ആയിക്കൂടെന്നില്ല എന്ന് 'കുടിയൊഴിക്ക'ലിലെ ഒരലങ്കാരത്തിൽനിന്നറിയാം.

"വേലചെയ്യിച്ച തത്ര ഞാൻ ചിന്താ-
ലോലധൂമിക നിർമ്മിച്ച നിൽക്കേ"

പദാർത്ഥത്തിന്റെ ലോലരൂപമായ പുകയെ ജീവിതത്തിന്റെ സൂക്ഷ്മ ഭാവമായി കണ്ടെത്തുന്ന ഈ വിരുത് 'വിമർശന'ത്തിലും കാണാവുന്നതാണ്.

"ഏതൊരു വിമർശനത്തിങ്കലും വാടാതെ ഞാ-
നെന്റെ നാട്ടിലെത്തെങ്ങിൻ സദൃശം വളരാവൂ
ചുറ്റമേ പറമ്പിലെ ചവറും ചപ്പും കട-
യ്ക്കിട്ടു കത്തിക്കും നേരം കാളിടുമഗ്നിയിൽ
കരിഞ്ഞീടട്ടേ പഴമ്പുറ്റവേരുകൾ, പുക-
ച്ചുരുളിൻ പൊരി പൊങ്ങിക്കുരലിൽ കൂത്താടട്ടെ."

അധികം പുകയും അല്പം പൊരിയും ഉള്ള വിമർശനത്തിന്റെ പാളിച്ചകൾ തന്റെ കവിതയെ ഉലർത്തുകയും വളർത്തുകയും ചെയ്യുമെന്ന് വൈലോപ്പിള്ളി കരുതുന്നു. അങ്ങുമിങ്ങുമുള്ള പദസമൂഹങ്ങളെടുത്ത് പർവ്വതീകരിച്ച് കാണിക്കലാണിത് എന്ന്, വെറുതെ പോകുന്ന സാമ്യോക്തികളെ പിടിച്ച വേഷംകെട്ടിച്ച വിടലാണിത് എന്നു കരുതുന്നവരുണ്ടെങ്കിൽ, അവർ, കുരുവികളിലെ 'പുക' എന്ന കവിത വായിച്ചുനോക്കേണ്ടതാണ്. 'ഗന്ധങ്ങ'ളുടെ ഒരിണക്കവിതയായി ഇതിനെ കണക്കാക്കാം.

"പലനാളതിൻമുമ്പു
പാർത്തതാണെന്നാലിന്നു
പുലർകാലത്തേ കണ്ടു
പൂർണ്ണമായാസ്സൗന്ദര്യം!"

എന്നിങ്ങനെ ഉദാത്തോജ്ജ്വലശൈലിയിൽ അവതരിപ്പിക്കുന്നത് ഖയ്യാമിന്റെ പനിനീർപ്പൂവിനേയോ കാളിദാസന്റെ കാമിനീമുഖത്തേയോ അല്ല, 'പുക'തൻ സൗന്ദര്യത്തേയാകുന്നു.

"പുകതൻ സൗന്ദര്യ, മെൻ
പുരതന്നോടിൽക്കൂടി
പുകഴോടതു നൂണ
വിരിഞ്ഞു പൊങ്ങുന്നേരം
തേറിനേൻ മനുഷ്യന്റെ

വീടുകൾക്കൊരു കൊടി-
ക്കുറയിന്നിതുപോലെ
വേറെയൊന്നുണ്ടോ മന്നിൽ?"

നീറിപ്പുകയുന്ന മർത്ത്യജീവിതകഥ നീലമഷിയിൽ പകർത്തുന്ന ഈ പുകയുടെ കാവ്യം ക്ഷണികനശ്വരമാണെന്നും കവി അറിയായ്കയല്ല. ബോധകണങ്ങളാൽ മനസ്സ് എന്നതുപോലെ, നിരന്തരമായ ഈ ക്ഷണികതിയിൽനിന്ന് നിത്യനൂതനമായ സനാതന മാനവത രൂപം കൊള്ളുന്നു.

"....വിശ്രുതപുരാണങ്ങൾ
ആകെ വിസ്മൃതമാകാം
അപ്പൊഴും നവധൂമ
രേഖയാൽ കഥ നെയ്തു
ജീവിതം ജ്വലിക്കുന്നു."
(ഹോമധൂമം)

മധുചന്ദ്രികയിൽ മഴവിൽക്കൊടിയുടെ മുനമുക്കി ദിവസൗന്ദര്യത്തെ ആലേഖനം ചെയ്തുകൊണ്ടിരുന്ന ഇടപ്പള്ളിക്കവിയുടെ അയൽക്കാരനായി ഇങ്ങിനെയൊരു ധൂമകേതുവുണ്ടായി എന്നതു സാഹിത്യചരിത്രത്തിലെ തമാശതന്നെ. ശ്വാസനിശ്വാസങ്ങളുടെ തുടരുമാത്രമായി ചുരുങ്ങിത്തീർന്ന ക്ഷുദ്രകേരളജീവിതത്തെ, വളരെമുമ്പുതന്നെ, ഒരു മുറിവീടിപ്പുകയെന്നു വൈലോപ്പിള്ളി ഉപഹസിച്ചിട്ടുണ്ട്.

"പുറത്തുതള്ളട്ടെയൊരുമുറിവീടി-
പ്പുകയായീനാട്ടിൽ ശ്വസിച്ചതു ഞങ്ങൾ."
(ആസ്സാം പണിക്കാർ)

ഇതു വെറുമൊരു പുകയല്ലെന്നും അഗാധവും അനുസ്യൂതവും ആയ ഒരു ദേവഗ്രന്ഥിതന്നെയാണെന്നും 'ഗണപതിഹോമം' എന്ന പുതിയ ലഘുകവിതയിൽനിന്നറിയാം.

"മക്കളേ നുകർന്നാലും നിങ്ങളീപ്പുകമണം
ഭാരതസംസ്കാരത്തിൻ ദിവ്യമാം പരിമളം."

എന്ന ആശീർവ്വാദത്തോടെ അവസാനിക്കുന്ന ഈ കവിത ഹോമധൂമാദികൾക്ക് പ്രാമാണ്യം കല്പിക്കുന്നതും സ്പഷ്ടമായ ആനൽസ്വഭാവത്തോടുകൂടിയതുമായ ഭാരതീയ സംസ്കാരത്തെ വൈലോപ്പിള്ളിക്കവിതയിലെ സവിശേഷചിത്തവൃത്തികളുമായി സംയോജിപ്പിച്ചിരിക്കുന്നു.

ഏറ്റവും ക്ഷുദ്രമായതുതന്നെയാണ് ഏറ്റവും ഉദാത്തമായതുമെന്ന ഫ്രോയ്ഡിയൻ തിരുമൊഴിക്ക് ഇതും മറ്റൊരു മികച്ച ഉദാഹരണംതന്നെ. പൂകമണം തന്നെയാകുന്ന ദിവ്യസംസ്കാരപരിമളം!

ധൂമഗന്ധങ്ങളെന്നപോലെ സ്ഫോടശബ്ദങ്ങളും ആനൽരതിയുടെ ശുദ്ധീകൃതതാല്പര്യങ്ങളാണ് എന്നു മുമ്പ് പറയുകയുണ്ടായി. (ജോൺസ്). ഉണ്ട്, വെടിപറഞ്ഞിരിക്കുന്നതിനേക്കാൾ വലിയ ജന്മസാഫല്യം നമുക്ക് മറ്റെന്തുണ്ട്? പൊട്ടിത്തെറിക്കുന്ന ഫലിതത്തിലും പദങ്ങളെ പൊട്ടിച്ചിതറിക്കുന്നതിലും വൈലോപ്പിള്ളിക്കുള്ള അഭിനിവേശം അസാമാന്യമാണ്. ഫലിതം കേരളത്തിന്റെ മഹനീയമായ നേട്ടമാണെന്നും അതൊന്നുണ്ടെങ്കിൽ ഏതു ദുരിതവും സഹ്യമാണെന്നും താൻ പാടിയിട്ടുണ്ട്. അന്തസ്സമ്മർദ്ദത്തെ ഒരു സ്ഫോടം, ഒരു ഫലിതം സുഖമായി വിമോചിപ്പിക്കുന്നു.

"ഏതു കണ്ണീരിൻ മീതേ-
യേതിരുൾക്കുത്തിൻ മീതേ
നീ ദീപ്തമാക്കുന്നീലാ
നിസർഗ്ഗഫലിതം തേ
വരട്ടേ ദുരിതങ്ങൾ
കേരളത്തിനു മേലും
ചിരിക്കാൻ മറക്കാതെ-
യിരിക്കാൻ കഴിഞ്ഞെങ്കിൽ."
(കേരളത്തിന്റെ ചിരി)

കടുത്ത സഹനശക്തി അഥവാ കടുംപിടുത്തവും അതിനു കുറിയിടുന്ന നർമ്മസിദ്ധിയും ആനൽസ്വഭാവഘടകങ്ങൾ തന്നെ. നേരമ്പോക്കിനെ ദുഃഖത്തിൽ കൊളുത്തിവെച്ച തിരിയായും പൂത്തിരിയെ അല്ലിന്റെ ചിരിയായും വർണ്ണിക്കുന്ന ഈ കവിതയിലെ ഭാവഗ്രന്ഥികൾ മറ്റു കൃതികളിലും ചിതറിക്കിടക്കുന്നു.

"അത്തലിൻ കെട്ടുപായലിൻ മീതെ-
യുൾത്തെളിവിന്റെ നെല്ലിപൂന്തോട്ടം"
എന്നും,
"ധീരം വായ്ക്കുന്ന കണ്ണുനീർക്കുത്തിൽ
നേരമ്പോക്കിന്റെ വെള്ളിമീൻചാട്ടം"
എന്നും ഈ പല്ലവി പലപാട്ടു കേൾക്കാവുന്നതാണ്.

ആപത്തിനെ ഫലിതമാക്കിത്തീർക്കുന്ന പൂത്തിരിപ്പടക്കങ്ങളെപ്പോലെ ഭാഷയിലെ കരിമരുന്നുപ്രയോഗവും വൈലോപ്പിള്ളിക്ക് അത്യന്തം പഥ്യമാകുന്നു.

“ഓത്തുമാറുണ്ടോ ഹാസോ-
ല്ലാസികൾ ദൈവത്തിന്റെ
ചിരിയിൽ നിന്നല്ലയോ
വെളിച്ചമുണ്ടായ് വന്നു!”

ലോകദുഃഖശതങ്ങളെ ചുണ്ടു കടിച്ച് സഹിച്ചുകൊണ്ടിരിക്കുകയും ഒടുവിൽ ഒരു പൊട്ടിച്ചിരിയാൽ പൊട്ടിത്തെറിപ്പിക്കുകയും ചെയ്യുക വൈലോപ്പിള്ളിക്കവിതയിലെ മഹത്തായ ജീവിതസന്ദേശമാണ്.

ഗന്ധം, ധൂമം, സ്ഫോടം, ഫലിതം എന്നിങ്ങനെ ആനൽരതിയുടെ വിഭിന്നമുഖങ്ങളെക്കുറിച്ചാണ് നാം ചർച്ച ചെയ്തുകൊണ്ടിരുന്നത്. വൈലോപ്പിള്ളിയിൽ ഈ ഗന്ധാദികൾ തന്റെ അനുഭൂതിസാകല്യം തന്നെയാണെന്നു പറയാം. പാലൂറ്റിക്കുടിക്കുന്ന അരയന്നത്തെപ്പോലെ, ചോരയൂറ്റിക്കുടിക്കുന്ന യക്ഷിയെപ്പോലെ, വൈലോപ്പിള്ളിയുടെ ഭാവന ജീവിതത്തിൽനിന്നു ഗന്ധങ്ങൾ വലിച്ചെടുക്കുന്നു. നെറ്റിയിൽ ചന്ദന ച്ചാറും മുടിയിൽ മഞ്ഞമുക്കുറ്റിപ്പൂവും ചൂടി ആർദ്രഭാവയായി നിൽക്കുന്ന കാമുകിയെ മുകരുമ്പോൾ താൻ നുകരുന്നത്,

“പിച്ചിപ്പൂമണമോ നിൻ
കരളിൻ സുഗന്ധമോ?”

എന്നാണ് കവിയുടെ സന്ദേഹം. കൃഷ്ണവാരിയരെപ്പോലെ, ചുണ്ടി ലൂറിയ മാധുരി ലിപ്സ്റ്റിക്കിന്റെയോ ഉമിനീരിന്റെയോ എന്നല്ല. നമ്മുടെ കവിക്കു ചുണ്ടുകൾപോലും മൂക്കിന്റെ ഒരു തുടർച്ച മാത്രമാകുന്നു. രസം മറ്റൊരു ഗന്ധം മാത്രവും.

തന്റെ ഭാവനയെ വീണ്ടും വീണ്ടും വെട്ടിത്തിരുത്തിക്കൊണ്ടിരുന്ന കവി’കുടിയൊഴിക്ക’ലിൽ ഈ ഗന്ധബിംബങ്ങളേയും തിരുത്തിച്ചേർ ത്തിട്ടുണ്ട്. ഇതിലെ തൊഴിലാളിപ്പെണ്ണിന് പിച്ചിയുടേയും ലില്ലിയുടേയും [illegible]മില്ല. [illegible]പ്പോലെ, [illegible] നൽകിയേ തീരൂ എന്നു കവിക്കു നിർബന്ധവുമില്ല.

“കൊയ്തുനെല്ലിൻ പുതുമണം ആദ്യ-
പ്പെയ്തുമണ്ണിൻ പരിമളപൂരം!”

തനിക്കിതു ധാരാളം മതി. ഇതു മണ്ണിന്റെ മണമാണ്. ഇതു തന്റെ കവിതയുടേയും മണമാകുന്നു. ഇങ്ങനെ ഊറ്റിയെടുക്കുന്ന ഗന്ധങ്ങൾ വാറ്റിയെടുത്ത് ഓർമ്മയുടെ ഭരണികളിലാക്കി കരളിലാണ് താൻ കുഴി ച്ചിടുക.

“നിരയത്തിൻ ചൂരുംപാരിൻ
നിന്ദകളേറ്റിയ ചുവയും
പക്വതയാലൊക്കെയുമതിലെ-
ന്തത്ഭുതരുചിയായ് ചമയും!”
(ഓർമ്മകൾ)

നരകത്തിന്റെ ചൂരുള്ള, ചെന്നിനായകത്തിന്റെ ചുവയുള്ള അനുഭവ ബിന്ദുക്കൾ, രസമായി, ലഹരിയായി, വാർധക്യത്തിൽതന്നെ ആനന്ദിപ്പിക്കും.

“കല്പഷിതമെൻ ജീവിതമൂറി-
ക്കവിതകളായതു കോരി
പാഴ്നരയൊടു പകരംവീട്ടി-
പ്പാനംചെയ്തു രസിപ്പൻ!”

ജീവിതം വലിയ ഒരെതിർപ്പായി, കരുതിവെയ്പലായി, പിന്നെ പകവീട്ടലായിക്കാണുന്ന ആനൽ സ്വഭാവത്തെ ഈ നാലു വരിയിൽ അനുപമമായി സംഗ്രഹിച്ചിട്ടുണ്ട്. പാകപ്പെടുത്തിയ ഓർമ്മയും അതിന്റെ ആസ്വാദവും ആണ് വൈലോപ്പിള്ളിക്കവിതയിൽ ജീവിതാനന്ദത്തിന്റെ അടിസ്ഥാനം.

ഊഞ്ഞാലിൽക്കിടന്നാടുന്ന ഈ ഓർമ്മയെയാണ് വാമദക്ഷിണ കക്ഷികളുടെ തുല്യപ്രശംസ നേടിയ പ്രസിദ്ധ കൃതിയിൽ വൈലോപ്പിള്ളി ചിത്രീകരിച്ചിട്ടുള്ളത്. മുറുക്കി ചുവപ്പിച്ച പൊന്നാതിരാരാവിന്റെ ഓർമ്മകൾ, പൂത്ത മുതുമാവിന്റെ മണത്തിൽക്കൂടി വൃദ്ധ ഹൃദയത്തിലേക്ക് പറന്നെത്തുന്നു.

“മാമ്പൂവിൻ നിശ്വാസമേറ്റോർമ്മകൾ മുരളുമ്പോൾ
നാമ്പുകകല്ലീ വീണ്ടും ജീവിത മധുമാസം!”

ഒരൊറ്റ സൗഗന്ധിക നിശ്വാസത്താൽ വൈലോപ്പിള്ളിയുടെ ഭാവന സ്മൃതിമുഖരമാകുന്നു എന്നാണിതിനർത്ഥം. ദീപനാളം ദൃശ്യലോകത്തെയെന്നപോലെ ഗന്ധനാളം ഈ അപൂർവ്വ കവിയുടെ ഭൂതകാലത്തെ അനാവരണം ചെയ്യുന്നു.

സുഗന്ധത്തുള്ളികളായി വാറ്റിയെടുത്ത നിമിഷങ്ങളാണ് വൈലോപ്പിള്ളിക്കു ജീവിതം എന്നതിന് വേറെയും ഉദാഹരണങ്ങൾ നൽകുവാൻ കഴിയും.

“നേർത്തലിഞ്ഞീടും മഞ്ഞി-
ലൂളിയിട്ടെത്തീടുന്നു

പൂത്ത മാന്തോപ്പിൻ മണം,
പുലരുന്നൊരു തെന്നൽ
എത്രയോ ഹൃദ്യം നമു-
ക്കീമണ,മതിലൂടെ
യെത്തിടും സവിഷാദ-
മധുരസ്മൃതികളും"
(യുഗപരിവർത്തനം)
"ദേവീ നീ പറയാറു-
ണ്ടെന്നോടും നിന്നോടുമായ്
ജീവിതപുഷ്പത്തിന്റെ
സൗരഭ്യമെത്ര ദുഃഖം"
(വിരഹത്തിൽ)
"അനിമിത്തോൽക്കണ്ഠാമപി
ജനയതി മനസോ മലയവാതഃ"

എന്നു വിലപിച്ച കാളിദാസന്റെ ചാർച്ചക്കാരനാണ് കവി എന്നു നാം മുമ്പു പറഞ്ഞതിന് ഈ വരികൾ ഉപോൽബലകമാവുന്നു.

പ്രപഞ്ചത്തെ നിഴലും വെളിച്ചവുമാക്കി ലഘൂകരിക്കുന്ന ഛായാഫലകത്തെപ്പോലെ വൈലോപ്പിള്ളിയുടെ ഭാവന ജീവിതത്തെ സുഖദവും ദുഃഖദവും ആയ ഗന്ധദ്വന്ദ്വങ്ങളാക്കി വെട്ടിച്ചുരുക്കിയിരിക്കുന്നു.

"ഒരു ദുർമ്മണമേറ്റാൽ
ചുളിയും മൂക്കാണെനി-
യ്ക്കൊരു ദൂനത കണ്ടാ-
ലുരുകും മിഴികളും"
(കിളിയും മനുഷ്യനും)

വൈലോപ്പിള്ളിയുടെ കണ്ണുകൾ മൂക്കിനു താഴെയാണെന്നും വിടർന്ന കണ്ണുകൊണ്ടല്ല, വിരിഞ്ഞ മൂക്കുകൊണ്ടാണ് താൻ ജീവിതം നുകർന്നുകൊണ്ട് നിൽക്കുന്നത് എന്നും ഈ വരികൾ സ്ഥാപിക്കുന്നു. ലോകമഹായുദ്ധത്തെപ്പോലുള്ള ഒരു ചരിത്രമഹാസംഭവത്തെപ്പോലും ഈ മൂക്കിനു ഉൾക്കൊള്ളുവാൻ കഴിയും.

"നിത്യവും വെടിമരു-
ന്നിന്റെ ദുർഗന്ധം ചേർപ്പൂ
ശുദ്ധവായുവിൽപ്പോലും
ഞങ്ങൾ തന്നുച്ഛ്വാസങ്ങൾ"
(കവിയും കുഷ്ഠരോഗിയും)

ജീവിതം ഒരു നിശ്വാസവും സൽക്കർമ്മം ഒരു സുഗന്ധവും ദുഷ്കർമ്മം ഒരു ദുർഗന്ധവും ആയിത്തീർന്ന പഴുതടഞ്ഞു നിൽക്കുന്ന ഈ പാറ്റേണിനെ മൂക്കിന്റെ ധർമ്മശാസ്ത്രം എന്നു വിളിക്കാവുന്നതാണ്.

"ഹാ, വെറുത്തീലേ ഞാനീ-
യാശുപത്രിയെജ്ജീർണ്ണ-
ജീവിതഗന്ധം ചിന്തു-
മുലകാമാസ്പത്രിയെ"

വർണ്ണം, നാദം, സ്പർശം എന്നീ ഇന്ദ്രിയ വിഷയങ്ങളേക്കാൾ മൗലികവും താരതമ്യേന ശാശ്വതവുമാണ് വൈലോപ്പിള്ളിക്കു ഗന്ധം എന്നതന്നെയല്ല, തന്റെ ശിഷ്ടസ്മൃതി (Residual memory) എപ്പോഴും ഒരു മണമായി ആത്മാവിൽ തങ്ങിനിൽക്കുകയും ചെയ്യും എങ്കിലും ഇതൊരു കേവല ഗന്ധമല്ല. രാഗദുഷ്ടമായ സങ്കീർണ്ണാനുഭൂതിയാണ്. നഷ്ടബാല്യത്തിന്റെ ഓർമ്മതന്നെയാണ്.

"കാമ്യമാം പാലപ്പൂവിൻ
മണമൊത്തീഗ്രാമത്തിൽ
ഞാൻ പരിചയിച്ചതി-
ജ്ജീർണ്ണതയുടെ ഗന്ധം."
(എന്റെ ഗ്രാമം)

സമഗ്രസത്യത്തിന്റെ ഗാതാവെന്നു പ്രശംസിക്കപ്പെട്ടിട്ടുള്ള വൈലോപ്പിള്ളിയിൽ ജീവിതത്തിന്റെ നിഴലും വെളിച്ചവും മുള്ളും പൂവും സമ്മേളിക്കുന്നത് ഈ ബാല്യശൈലിയുടെ സ്വാധീനശക്തിയെ സൂചിപ്പിക്കുന്നു. ഇഷ്ടവും അനിഷ്ടവും ആയ ഭാവബന്ധങ്ങളോടുകൂടിയ ഈ ഗന്ധസ്മൃതികൾ മൗലികമായി രണ്ടാം വയസ്സിലെ ഏനൽ ഘട്ടത്തിൽ നിന്നുരുത്തിരിയുന്നവയാണെങ്കിലും അവയ്ക്ക് ഒന്നാം വയസ്സിലെ മുലകുടിയുടേതായ ഓറൽ ഭാവനകളുമായി ബന്ധമുണ്ടെന്ന് ഇന്നത്തെ അനലിസ്റ്റുകൾ സ്ഥാപിച്ചിട്ടുണ്ട്. മാതൃശരീരത്തോടൊട്ടിക്കിടന്നു മുലകുടിക്കുന്ന കുഞ്ഞിനു മുലപ്പാലിന്റെയും വിയർപ്പിന്റെയും ഗന്ധം ജീവദായകമായ അനുഭൂതിയായിത്തീരും. ചെന്നിനായകം പുരട്ടി തടിതപ്പുന്ന അമ്മമാരുടേതായ നമ്മുടെ സംസ്കാരത്തിന്റെ ഇതേ ഗന്ധസ്മൃതികൾക്കു മൃത്യുതുല്യമായ മോഹഭംഗത്തിന്റെ മണവും ലഭിക്കുന്നു.

"ഇന്നു തൽച്ചെറു നിന്ദനമെന്നിൽ
ചെന്നിനായകം ചേർത്തിരിക്കുമ്പോൾ."

എന്ന വരികളിൽ ഈ ഔഷധത്തിന്റെ വൈകാരിക പ്രാധാന്യം കവി വിളംബരം ചെയ്തിട്ടുണ്ട്. ദാനനിഷേധങ്ങൾക്കൊണ്ട് ഉഭയഭാവമായ മാതൃത്വത്തെ,

"മദിപ്പിക്കും കനിക്കിനാവുകൾ കാട്ടി--
ക്കൊതിപ്പിക്കും പക്ഷേ കൊടുക്കില്ലവൾ"

എന്നും കവി മറ്റൊരിടത്തു വർണ്ണിച്ചിട്ടുണ്ട്. ഈ രാഗരോഷങ്ങൾക്കെല്ലാം ഗന്ധാത്മകമായ ഒരു രഹസ്യഭാഷ വൈലോപ്പിള്ളി കണ്ടെത്തിയിരിക്കുന്നു.

"മാവിൻ ചുന മണക്കും മേടത്തിന്റെ
മടിയിൽപ്പിറന്ന ഞാൻ."

എന്ന് സ്വയം വർണ്ണിച്ചിട്ടുള്ള കവിയുടെ ഗന്ധബിംബങ്ങളിൽ ഓറൽ കാലഘട്ടത്തിന്റെ ത്രുപസ്മൃതികൾ കലർന്നിരിക്കുന്നതായി കാണാം. കണ്ണിൽനിന്ന് പാലുറ്റുന്നതും സുഖദസൂക്ഷ്മഗന്ധം പുരണ്ടതും ഈമ്പിക്കുടിക്കുവാൻ അത്യുത്തമവും ആയ 'മാമ്പഴ'ത്തെ കണ്ടെത്തിയതാണ് വൈലോപ്പിള്ളിയുടെ കാവ്യജീവിതവിജയത്തിനുതന്നെ കാരണം--അതു കേരളീയരുടെ അന്തരാത്മാവിലുള്ള ത്രുഢമോഹങ്ങളെ തഴുകുകയും താലോലിക്കുകയും ചെയ്തു.

ലൗകികനായ ശ്രീധരമേനോന്റെ കാവ്യത്തിൽ മാത്രമല്ല ജീവന്മുക്തനായ ശങ്കരഭഗവൽപ്പാദരുടെ ഭാവനയിൽപ്പോലും ഇത്തരം ഓറൽ-ആനൽ അനുഭൂതികൾ കലർന്നിരിക്കുന്നു എന്ന് സൗന്ദര്യലഹരിയിലെ 79-ഉം 80-ഉം ശ്ലോകങ്ങൾ ചേർത്തുവായിച്ചാൽ അറിയുവാൻ കഴിയും. ദേവിയുടെ വിങ്ങിവിയർക്കുന്ന സ്തനങ്ങളേയും നനഞ്ഞുപൊട്ടുന്ന കഞ്ചുകത്തേയും ആചാര്യപാദർ ഇതിൽ വർണ്ണിച്ചിരിക്കുന്നു.

ആ നടുക്കെഴും കൊമ്പൻ

ഈ ഉപന്യാസത്തിൽ അങ്ങിങ്ങു വിവരിച്ചതും ഇനി വിവരിക്കുവാനിരിക്കുന്നതുമായ വൈലോപ്പിള്ളിക്കവിതയുടെ ഭാവമുദ്രകൾ ഏതാണ്ടെല്ലാംതന്നെ സംഘനനം ചെയ്തിട്ടുള്ള (condensation) ഒരപൂർവ്വ പ്രതീകമാണ് 'സഹ്യന്റെ മകൻ'- സ്വപ്നതന്ത്രത്തിലെന്നപോലെ ഇതിന്റെ കാവ്യശില്പത്തിൽ വൈലോപ്പിള്ളിക്കവിതയുടെ ഭാവബന്ധങ്ങൾ സമ്മേളിച്ചിട്ടുണ്ട്. കരിംപാറപോലെ സ്ഥാണുവായി, മദജലത്താൽ മാത്രം അലിയുന്നവനായി, തലയ്ക്കുമുകളിൽ ദേവനും കാതിൽ മന്ത്രിക്കുന്ന പിശാചുമായി അവൻ ഇടഞ്ഞുനിൽക്കുന്നു.

"പൊൽത്തിടമ്പേറിദ്ദേവൻ
പൊരുമാറുമാപ്പെരും
മസ്തക കടാഹത്തിൽ
മന്ത്രിപ്പൂ പിശാചുക്കൾ"

അബോധമനസ്സിന്റെ വസന്തകാനനങ്ങളിൽ അലഞ്ഞുതിരിയു മ്പോഴും പുരുഷാരത്തിന്റെ കാഴ്ചപ്പണ്ടമായി ഒരുക്കിനിർത്തിയിരിക്കുന്ന അവൻ, എത്ര മെരുക്കിയാലും പിന്നെയും ഇടയുന്ന കവിയല്ലാതെ മറ്റാരുമല്ല. സ്വാതന്ത്ര്യമാണ് അവന്റെ (അബോധമനസ്സിന്റെ) കൊടി യടയാളം. ഭാവനയാണ് അവന്റെ അതിരില്ലാത്ത സാമ്രാജ്യം.

"സഞ്ചരിക്കുകയാണാ-
സ്സാഹസി സങ്കല്പത്തിൽ
വൻ ചെവികളാം പുള്ളി-
സ്വാതന്ത്ര്യപത്രം വീശി."

അങ്ങനെ നിത്യഹരിതമായ പൂർവ്വജീവിതരംഗങ്ങളിൽ അലഞ്ഞുതി രിയുന്ന ആനയുടെ മനസ്സിൽ സ്മരണകൾ ഏതാനും കാമസുഗന്ധങ്ങ ളായി നിറഞ്ഞു കഴിഞ്ഞിരിക്കുന്നു.

"കാറ്റിലെന്തിതു പുതുപ്പാലപ്പൂ സുഗന്ധമോ
കാട്ടിലെപ്പനകൾ തൻ കള്ളൊലി സൗരഭ്യമോ
മെരുവിൻ മദദ്രവമണമോ തുമ്പിക്കയ്യാൽ
ചെറുതെന്നലിൽ തപ്പി ചെറ്റിട നിന്നാനവൻ"

ഉയർത്തിയ തുമ്പികൊണ്ട്, തന്റെ ഭൂതകാലത്തെ അന്തരീക്ഷവായു വിൽനിന്നു പിടിച്ചെടുക്കുന്ന ഈ മാന്ത്രികന്റെ സിദ്ധികൾ, വാസ്തവത്തിൽ ഗന്ധാത്മകനായ ഒരു ആനൽ ഹീറോവിന്റെ സ്വാഭാവിക സിദ്ധികൾ മാത്രമാണ്. ഈ ഗന്ധങ്ങളിൽക്കൂടി 'ഊഞ്ഞാ'ലിലെ വൃദ്ധകാമുകനെ പ്പോലെ 'യുഗപരിവർത്തന'ത്തിലെ കവിയെപ്പോലെ അവനെത്തിച്ചേർ ന്നത് തന്റെ ജീവിത വസന്തത്തിന്റെ നഷ്ടസാനുക്കളിൽതന്നെയാകുന്നു. ആനയായിത്തീർന്ന കവിയുടെ നൊസ്റ്റാൾജിയ തന്നെ ഇത്.

"നീളവേ നടന്നാനാ
നിസ്പൃഹൻ വസന്തത്തിൻ
കാലടിമണം കോലും
കാട്ടുപാതയിലൂടെ."

പിന്നോട്ട് പിന്നോട്ട് അവനെ കൈ പിടിച്ചു നടത്തുന്നത്, അബോ ധമനസ്സിന്റെ വന്യഘനാന്ധകാരത്തിലേക്ക് അവനെ നയിച്ചുകൊ ണ്ടുപോകുന്നത്, സ്വന്തം മദജലത്തിന്റെ ഗന്ധമായിരുന്നു; സത്യത്തെ മായ്ക്കുകയും സ്വപ്നത്തെ ഉണർത്തുകയും ചെയ്യുന്ന അത്ഭുതജലം. ഇത് അവനെ ഭാവനയുടെ ലോകത്തിൽ ബന്ധമുക്തനാക്കിവിട്ടു.

"പാറയിൽനിന്നും ജലം
പോലെ വിസ്മയമേ തൻ

വീര്യമൊക്കെയും വാർന്നു
പോവതായ് തോന്നീടുന്നു.”

തലയിൽനിന്ന് ഉറന്നൊഴുകുന്ന ഈ ഗന്ധവാരി, തന്നിലെ ഒരേയൊരു ആർദ്രത, ഒഴുകുന്ന ഓർമ്മയായ കവിതതന്നെയാണെന്ന് മറ്റൊരു കവിതയിൽ വൈലോപ്പിള്ളി സ്ഥാപിച്ചിട്ടുണ്ട്.

“എൻ തലവഴി ചോർന്നീടും കാവ്യ
ഗന്ധവാരിയാൽ പ്രേരിതരായി
ലോലപത്രം വരികയാം വിദ്യ-
ല്ലോകമത്തലോലംബകദംബം....
കെട്ടജീവിതം ഉണ്ടെനിക്കെന്നാൽ
മറ്റൊരു കാവ്യജീവിതം മന്നിൽ
കാവ്യജീവിതം- മണ്ണിലൊരറ്റ-
പ്പൂവ്, വിണ്ണിലൊരൊറ്റ നക്ഷത്രം.”
(കുടിയൊഴിക്കൽ)

‘മണമാർന്നൊഴുകമാ മഞ്ജുഗാനം’ (anal donation) എന്ന് എഴുത്തച്ഛനിലും ‘അന്തർവാഹിനിയായ സരസ്വതി’ എന്ന് സംസ്കൃതത്തിലും വിശേഷിപ്പിച്ചിട്ടുള്ളതും കാവ്യധാരയായ ഈ മദജലംതന്നെ. തുമ്പിക്കൈയായി വളർന്നുകഴിഞ്ഞ മൂക്കുയർത്തിപ്പിടിച്ച് ഓർമ്മയിൽക്കൂടി ഒഴുകിയെത്തുന്ന അനുഭൂതി പരമ്പരയെ, ഭൂതകാല പരിമളത്തെ, നുകർന്നുകൊണ്ട് സ്ഥാണുവായി, അചലനായി, ഏറെക്കുറെ സനാതനനായി, തന്നിൽത്തന്നെ അലഞ്ഞുതിരിയുന്ന ഈ സഹ്യപുത്രൻ മറ്റാരാകാനാണ്?

വൈലോപ്പിള്ളിക്കവിതയിലെ സമഗ്രമായ സത്യദർശനപാടവത്തെ പണ്ട് ഞാനും പ്രശംസിച്ചിട്ടുണ്ട്. റൊമാന്റിക് കാവ്യപാരമ്പര്യത്തിൽനി [illegible] വേർതിരിച്ചു നിർത്തുന്ന ശ്രദ്ധേയമായ ഒരു സ്വഭാവം ആണ് ഇത്. ഇടപ്പള്ളിക്കവികളിലില്ലാത്ത, ജി. യിൽ അസുലഭമായ, ഈ സിദ്ധിവിശേഷം നിയതമായ ഒരു കാവ്യഗുണമാണ് എന്നല്ല ഇതിനർത്ഥം. ഒരു കാചത്തെപ്പോലെ സത്യപ്രകാശത്തെ വർണ്ണശബളമാക്കുവാനോ ദർശനശൈഥില്യംകൊണ്ട് ഭാവകാവ്യങ്ങളുടെ ഏകാന്തദീപ്തി കെടുത്തിക്കളയുവാനോ ഇതു കാരണമായേക്കാം. എങ്കിലും വൈലോപ്പിള്ളിയിൽ ഈ ഭാവശൈലി സവിശേഷമായി നിറഞ്ഞുനിൽക്കുന്നു.

കാണുന്നതൊന്നും മുഖവിലയ്ക്കെടുക്കാതിരിക്കുക, കേൾക്കുന്നതെന്തും വിശ്വസിക്കാതിരിക്കുക, കാര്യങ്ങളുടെ മറുപുറം തേടുക എന്നതാണ് ഈ സമഗ്രദർശനത്തിന്റെ രീതി. പുള്ളിമാനിന്റെ പിറകേ പുലിയേയും

വസന്തവായുവിൽ വസൂരിരോഗാണുക്കളേയും കാണാതിരിക്കുവാൻ തനിക്കു കഴിയുന്നില്ല. സ്ത്രീസൗന്ദര്യത്തെപ്പോലും നമ്മുടെ കവി മുഖവി ലയ്ക്കല്ല സ്വീകരിക്കുക പതിവ്. ചേറ്റുപുഴയിൽ ഇരമ്പിപ്പായുന്ന വാഹന ത്തിന്റെ (പ്രസിദ്ധമായ ഒരു രതിപ്രതീകം) പിൻസീറ്റിലിരിക്കുന്ന കവി അമുഖിയായ ഒരു കാമിനിയെ ഇങ്ങനെ അവതരിപ്പിക്കുന്നു.

“മുമ്പിലിരിക്കുമൊരോമൽത്തയ്യിൻ
മുടിയുടെ ചാരിമ നോക്കി ഞാൻ
നിരൂപിക്കുന്നേൻ, നീൾമുടിയാളേ
നീയുളവായ മുഹൂർത്തത്തിൽ
കാർമുകിൽ മാലകൾ പെയ്തു, ചെല്ല-
ക്കാറ്റലതല്ലീ വല്ലികളിൽ
നിശ്ചയമല്ലാതിക്കുനുകുന്തള-
നിർഝരിയെങ്ങനെയുണ്ടായി
കാമനു കേളി വളർത്താനും
കോമനു കേറിയൊളിക്കാനും.”

മഴ പെയ്യുന്ന, വള്ളികളാടുന്ന, നിർഝരികൾ പൊട്ടിച്ചിതറുന്ന, ഈ പുഡോവ്കിൻ ഇഫക്ടിന്റെ മനഃശാസ്ത്രപരമായ അർത്ഥം വിശ ദീകരിക്കാതെതന്നെ, ഇതൊരു സൗന്ദര്യത്തിന്റേയും ‘പശ്ചാത്തല വർണ്ണന’മാണ് എന്നു മനസ്സിലാക്കുവാൻ കഴിയും. വടക്കൻപാട്ടിലെ കോമനെപ്പോലെ കവി അവളുടെ പിന്നിൽ ഒളിച്ചുകളഞ്ഞിരിക്കുന്നു! കാമുകിയുടെ നീലക്കണ്ണുകളിലേക്ക് നോക്കിയിരിക്കുകയും അവയുടെ അനന്തവിസ്തൃതികളിൽ സ്വയം നഷ്ടപ്പെടുകയും ചെയ്യുന്ന ജി. യുടെ ‘പൂമുഖ’ക്കവിതയുമായി ഇതിനെ സാദൃശ്യപ്പെടുത്തുക.

“ആ മനോഹരിയുടെ നീലനേത്രാകാശത്തിൽ
സാമന്ദം പറന്നുപോയ് മന്മനമതിദൂരം.”

പശ്ചിമദർശനം

സൗന്ദര്യത്തിന്റെ പശ്ചിമഭ്രമികളിൽ വൈലോപ്പിള്ളിയ്ക്കുള്ള അപൂർവ്വ താല്പര്യം ഗാഢവും അനുസ്യൂതവുമാണ്. യുവലോകം ചുമലേറ്റി നടക്കുന്ന പ്രണയരാഗങ്ങളിലെല്ലാം ഈ സവിശേഷതയുടെ സ്മരണം കാണുകയും ചെയ്യാം.

“വീണതൻ കുടംപോലാം നിതംബം
വീണുരുമ്മുന്ന വേണീകദംബം
വാരി, ഞാനെന്റെ മാറിലാ ലജ്ജാ-
കോരകങ്ങളെ സ്പന്ദിതമാക്കി.”

പഴയ 'പ്രേമാമൃത'ക്കാരനെപ്പോലെ വൈലോപ്പിള്ളിയുടെയും പിരിമുറുക്കം സൗന്ദര്യത്തിന്റെ പിന്നാംപുറത്തുതന്നെ. താൻ ചേർത്തുപിടിച്ച കാമുകിയെ വിലക്ഷണവും കൗതുകകരവും ആയ നവീനരീതികളിലാണ് കവി ചുംബിക്കുന്നത്

"ഉമ്മ വെച്ചേൻ ചെറുപൊടിരോമ-
ചെമ്മിയെന്ന തൻ ചെന്നിയിൽ ചുണ്ടിൽ
അശ്രുനീരോ ചെറുതുമിനീരോ
നിസ്രുതമായ് നിറഞ്ഞൊരാക്കണ്ണിൽ."

ഈ വരികളിലെ അധരചുംബനം മാത്രം കേവലം അധരസേവയും മറ്റെല്ലാ ഇനങ്ങളും ആവേശപൂർണ്ണവുമാണ് എന്ന് സഹൃദയരോട് പറഞ്ഞറിയിക്കേണ്ടതില്ല.

അഥവാ, പ്രശസ്തമായ 'കണ്ണീർപ്പാട'ത്തിലെ നായകനെ നോക്കുക: തന്റെ പ്രണയിനിയെ പിണക്കിവിട്ടിട്ടും അയാൾ അവളെ പിന്നിൽനിന്നു നോക്കി നെടുവീർപ്പിട്ടു രസിക്കുന്നു.

'ഇപ്പൊഴോ ഞാൻ പിന്നിലായ്
ദുഃഖഭാരത്താൽ മാത്രം
സാരി നീ ചെരിച്ചേറ്റി-
പ്പോകെ നിൻ മൃദുരോമ-
ചാരുവാം കണങ്കാൽ ക-
ണ്ടെനിക്കു പാവം തോന്നി."

ഈ ക്രൂരതയിൽ അടങ്ങിയിട്ടുള്ള വൈലോപ്പിള്ളിയുടെ സൗന്ദര്യദർശനം മൗലികമായി പശ്ചിമദർശനം (Hind-view) ആണ് എന്നു തെളിയിക്കുവാൻ ഈ ഉദാഹരണങ്ങൾ മതി. ശ്രദ്ധേയമായ ആനൽ വീക്ഷണവും ആകുന്നു ഇത്.

'വസ്തുക്കളുടേയും വസ്തുതകളുടേയും മറുപുറം ചിന്തിച്ചു[illegible] ഇവരുടെ ബദ്ധവിനോദമാണ്. കുന്നുകളുടെ പിന്നാംപുറങ്ങളിൽപോയി പാർക്കുക, കിഴക്കും പടിഞ്ഞാറും ഇടത്തും വലത്തും തെറ്റിക്കുക, വാക്കും വർണ്ണവും മറിച്ചു ചൊല്ലുക എന്നീ അപൂർവ്വതകൾ ഇവരിൽ കാണാം[11] എന്ന് ജോൺസ് പ്രസ്താവിച്ചിട്ടുണ്ട്.

ജനനേന്ദ്രിയ പ്രാന്തങ്ങളിൽനിന്നു പിന്തള്ളപ്പെട്ട രതിഭാവനകൾ ജീവിതരീതിയെത്തന്നെ തലകീഴ് മറിക്കുന്നു (അബ്രഹാം). ജഘനം, നിതംബം, നാഭി തുടങ്ങിയ പദങ്ങളെക്കുറിച്ചു ഭാഷയിലുള്ള അർത്ഥവിഭ്രമം ഈ ഭാവവിഭ്രമത്തിന്റെ ഫലമാണ് എന്നതിന് സംശയമില്ല.

11 Janes-Anal-erotic character traits

വൈലോപ്പിള്ളിക്കവിതയിൽ ഇത് കിഴക്കും പടിഞ്ഞാറും തിരിയായ്കയായി കയ്പ്പും മധുരവും തിരിച്ചറിയായ്കയായി, പ്രത്യക്ഷപ്പെടുന്നതു കാണാം.

"ഹാ, 'കിഴക്കേതാ'ണെന്ന മാനത്തു-
ദ്വേഗം ചോദിപ്പിതേതോ പതത്രി."
(കുടിയൊഴിക്കൽ)
"കയ്പ്പക്കയിന്നും മതിർത്തിടുന്നു."
(പൂവും കായും)

കയ്പും മധുരവും

ഒരു ചങ്ങാതിയെ (സ്വഹൃൽക്കവിയെ) കണ്ണാടിയാക്കിയെഴുതിയെ 'കയ്പവല്ലരി'യെന്ന ആത്മകഥയിലും കയ്പിന്റെ മാധുര്യത്തെക്കുറിച്ചും കയ്പമുള്ളിന്റെ മാർദ്ദവത്തെക്കുറിച്ചും പ്രകീർത്തനങ്ങളുമുണ്ട്.

"ഓർത്തു ഞാനക്കായ്കളിൽ
പകർന്നിട്ടുണ്ടാമല്പ-
മാത്രമെങ്കിലുമങ്ങേ-
ക്കവിതാസന്മാധുര്യം
അതുപോൽ മുന്നേക്കാളും
വേരുറപ്പോടിക്കാല-
ത്തുലോല്ലാസം നീളും
താവക കവനത്തിൽ
മേദുരാരോഗ്യപ്രദം
മൃദുവാം മുള്ളിനുള്ളിൽ
സ്വാദുവാം ലഘുതിക്ത-
രസവും കാണ്മീലല്ലീ!"

സ്വാദുവായ ഈ ലഘുതിക്തരസം തന്റെ കവിതതന്നെയാണ് എന്നും ഉജ്ജീവകവും വാജീകരവും ആയ സ്മരണതന്നെയാണ് ഈ കവിതയെന്നും 'ഓർമ്മ'കളിൽനിന്നറിയാം.

"സ്മരണകളുടെ മദ്യം നുകരും
സൈ്വരം ഞാനിഹ നിലയേ....
തൻ ചൊടിയാൽ മധുരക്കയ്പുകൾ
തഞ്ചിടുമച്ചുടുപാനം
പാതി നുകർന്നീടും മുമ്പെൻ
പാണി പിടിക്കാം മരണം

നന്ദി പറ,ഞ്ഞിരുൾ പൂകട്ടെ
എന്നുടെയന്തഃകരണം!"

താനാകുന്ന കവിവർഗ്ഗത്തിന്റെ സർഗ്ഗഭാവനകളാണ് ഖഡ്ഗ സീൽക്കാരമായി, രാഗസാഹസമായി, ഭക്തിയായി സ്വാതന്ത്ര്യ ദാഹമായിത്തീർന്നു ധീരനൂതനമായ നവലോകം വിരചിക്കുന്നത് എന്നു ഉദ്ഘോഷിക്കുന്ന കവിതയുടെ[12] ഒടുവിലത്തെ വരി (ഇതു ആ ഗ്രന്ഥത്തിലേയും ഒടുവിലത്തെ വരിയാണ്) മാത്രം വായിച്ച ശ്രദ്ധാത്മാവായ ഒരു നിരൂപകൻ, വൈലോപ്പിള്ളി ഒരു സൗന്ദര്യാത്മക കവി മാത്രമാണ് എന്നു പണ്ട് കണ്ടുപിടിക്കുകയുണ്ടായി. എന്തിന്റേയും മറുപുറം കാണുകയും കാലത്തിന്റെ പിന്നാംപുറത്തു നിൽക്കുകയും ചെയ്യുന്ന ആനൽസ്വഭാവതാളം അറിഞ്ഞിരുന്നെങ്കിൽ, അദ്ദേഹം ആ കവിത പിന്നിൽനിന്നു മുന്നോട്ടു വായിക്കുകയും മുഴുവനും വായിക്കുകയും ചെയ്യുമായിരുന്നു.

മനുഷ്യസൗന്ദര്യത്തിന്റെ പിന്നാംപുറമായ ചികുരനിതംബങ്ങളിൽ, നന്മയുടെ മറുപുറമായ തിന്മയിൽ, കാലത്തിന്റെ പശ്ചാത്തലമായ അതീതകാലത്തിൽ, പുഞ്ചിരിയിൽ പതുങ്ങിയിരിക്കുന്ന കള്ളത്തിൽ കണ്ണിമയ്ക്കാതെ നോക്കിയിരിക്കുക എന്നതാകുന്ന ഈ താളം.

"പുഞ്ചിരി ഹാ, കുലീനമാം കള്ളം!"
വൈലോപ്പിള്ളിക്കവിതയുടെ ക്രൂരമധുരമായ മുദ്രാവാക്യം ഇതാണ്:
"സ്വസ്ഥിതിതൻ മറുപുറം തപ്പും മർത്ത്യ
രീതി, യെന്മാനസം ചൊല്ലി."

ഈ രീതി, വാസ്തവത്തിൽ, സാമാന്യമായ മർത്ത്യരീതിയല്ല, വൈലോപ്പിള്ളിക്കവിതയുടെ സാമാന്യ രീതി മാത്രമാകുന്നു. തലയുടെ പിന്നിൽ ഘടിപ്പിച്ചിരിക്കുന്ന ഈ ദൃഷ്ടി, കവിയിൽ, അപൂർവ്വവും ആത്മപീഡാകരവും ആയ സത്യദർശനപാടവംതന്നെ. 'വസന്തവായുവിൽ വസൂരി രോഗാണുക്കളെ കാണാതിരിക്കുവാൻ കഴിയുന്നില്ല' എന്നു മുമ്പുദ്ധരിച്ച പ്രസ്താവം ഇതൊരു ഭാവബദ്ധത (obsession) തന്നെയാണെന്നു തെളിയിക്കുന്നുണ്ട്. 'മനുഷ്യൻ ദേവനും ജീവിതം ഒരു സുന്ദരകലയുമായി പരിണമിച്ചാലും കാക്ക ഓന്തിൻകുഞ്ഞിനെ പിടിച്ച വൃക്ഷക്കൊമ്പിൽ തല്ലിത്തുലച്ച വിഴുങ്ങുന്നതും ആ വൃക്ഷക്കൊമ്പിൽ ദംഷ്ട്രകളിറക്കി (ഓറൽ-ഏനൽ സാഡിസ്റ്റ് ഭാവനകൾ) ഇത്തിൾക്കണ്ണി അതിന്റെ ജീവരസം വലിച്ചുകുടിക്കുന്നതും കണ്ടു കവി എത്രയോ ദുഃഖിക്കേണ്ടിവരും[13]. അതുകൊണ്ട് താൻ ആരേയും ഒന്നിനേയും വാഴ്ത്തപ്പെടുകയില്ല. നമ്മുടെ

12 കവിയും സൗന്ദര്യബോധവും
13 വിത്തും കൈക്കോട്ടും

ഒരു മുഖ്യമന്ത്രിയെ വാമനൻ പാതാളത്തിലേക്ക് ചവിട്ടിത്താഴ്ത്തിയ കഥ വിവരിക്കുകയും ഇതിലെ അഭിനവമഹാബലിയുടെ പ്രത്യാഗമത്തെ അഭിവാദിക്കുകയും ചെയ്തതിനുശേഷം വൈലോപ്പിള്ളി ഇങ്ങനെ പാടി ത്തിരുത്തുന്നു.

"ആ നവൈശ്വര്യക്കൂട്ട-
ക്കൃഷിക്കാരായെല്ലാരും
മാനവരെല്ലാമൊന്നു-
പോലെയായ്, ആരോ പാടി
ഞങ്ങളല്ലതു, നമ്മ-
തൻ മറുപുറം കാണും
ഞങ്ങളെന്നെന്നുമൊരു
സൗവർണ്ണ പ്രതിപക്ഷം."
(അഭിവാദനം)

പ്രതിപക്ഷത്തിന്റെ, പിന്നാംപുറത്തിന്റെ, സൗവർണ്ണകവിയായിരിക്കുന്നു എന്നതാണ് വൈലോപ്പിള്ളിയിലെ അപൂർവ്വഭംഗികളുടെ മൗലിക കാരണങ്ങളിലൊന്ന്. ഇനി വിപ്ലവം വന്നു കടന്നുപോവുകയും ലോകം ഒരു സമത്വപ്പൊൻവനിയായി വിരചിതമാകുകയും ചെയ്താലും തന്റെ സ്ഥാനവും തന്റെ ദാനവും എവിടെയായിരിക്കും എന്നതിനെക്കുറിച്ച് വൈലോപ്പിള്ളിക്കു സംശയമേ ഇല്ല. താനപ്പോഴും പ്രതിപക്ഷത്തിന്റെ, പശ്ചാത്തലത്തിന്റെ, ഗായകനായിരിക്കും.

"ഇന്നുമെങ്കിലും പാടുന്നു നീളേ,
മണ്ണിൽനിന്നു മണ്ണട്ടകൾ ഞങ്ങൾ
സ്ഥീതമിന്നിന്റെ രംഗത്തിലെങ്ങും
ഭൂതകാല പശ്ചാത്തലഗീതം"
(കുടിയൊഴിക്കൽ)

താൻ അമരമായ അതീതകാലത്തിന്റെ കവിയാകുന്നു. ആവിയന്ത്രം പിന്നിൽ കൊളുത്തിയ ഒരു തീവണ്ടിയാകുന്നു തനിക്ക് ചരിത്രം.

"കെട്ട ഞങ്ങൾ തൻ കേവലസ്വപ്ന-
ക്കെട്ടെടുത്തു കയറുക നിങ്ങൾ"

എന്ന ഉപദേശത്തിന്റെ പൊരുൾ ഇതാകുന്നു. മൃതമായതാണു യഥാർത്ഥത്തിൽ സജീവമായത് എന്നും ഭൂതകാലമാണ് ഭാവികാലമായിത്തീരുന്നത് എന്നുമുള്ള ഭാവനയെ ചേതോഹരമായി ഉദാഹരിക്കുന്ന ഒരു കൃതി വൈലോപ്പിള്ളി രചിച്ചിട്ടുണ്ട്.

“പ്രാകൃതതലം വിട്ടു
പണ്ടെങ്ങോ മറഞ്ഞന്തർ-
വ്വാഹിനിയായിത്തീർന്ന
പാവനസരസ്വതി
ഭാരതസംസ്കാരത്തിൻ
ജീവനാഡികേ നിന്റെ
നീരുറവകൾ വറ്റാ-
തിരിക്കും കാലത്തോളം
എത്രയും ദരിദ്രമായ് ദീനമായിരിക്കിലും
നിത്യവും സ്വർഗത്തോടു
സല്ലപിക്കുമീ രാജ്യം.”

(സംസ്കൃതം)

ജന്മഗ്രാമത്തിലെ വേരുകൾ

അദൃശ്യമായ രക്തധമനിപോലെ സംസ്കാരശരീരത്തിന്റെ ജീവചൈതന്യമായി വ്യാപിച്ചുനിൽക്കുന്നു എന്നതു മാത്രമല്ല കവി കാണുന്ന സംസ്കൃത മഹത്വം. അത് പ്രകൃതിയുടെ പിന്നിൽ മറഞ്ഞ്, അടിയൊഴുക്കായി, പാവനമായി, നിശ്ചലപ്രവാഹമായിത്തീർന്നിരിക്കുന്നു. സ്വർഗ്ഗത്തിലേക്കുള്ള വഴി പാതാളത്തിൽക്കൂടിയാണ് എന്ന ഏനൽ ആശയത്തെ അവസാനത്തെ ഈരടി വിളംബരപ്പെടുത്തുകയും ചെയ്യുന്നു. അപ്ടൻ സിംക്ലയർ ഭയാനകമായി വർണ്ണിച്ച ആറ്റംബോംബിന്റെ മരണപ്പുകച്ചുരുളുകളെ പുരോഗതിയുടെ പാതയിൽനിൽക്കുന്ന കടക്കുണുകളായി ചിത്രീകരിക്കുവാൻ കവിയെ പ്രേരിപ്പിച്ചതും ഈ ആശയശക്തിതന്നെ. തന്റെ നഷ്ടഗ്രാമത്തെ വർണ്ണിക്കുന്ന ‘കുന്നിമണി’കളിൽ ഇങ്ങനെയുണ്ട്.

“ഞാനുമേ വളർന്നിട്ടു-
ണ്ടെൻ മനസ്സാറ്റത്തിന്റെ
കുണുകൾ കടന്നതിൻ
കുളിർവാടികൾ കാണ്മൂ”

നന്മയുടെ മറുപുറം കാണുന്ന കവി തിന്മയുടെ മറുപുറവും കാണുന്നു. ‘എന്റെ ഗ്രാമ’ത്തിൽ,

“ഒരിടം മലംപറമ്പൊരിടം ശവപ്പറ-
മ്പൊരിടം വേശ്യാവാടം
പിന്നെ യാചകകേന്ദ്രം”

എന്നിങ്ങനെ സംസ്കൃതമായ ഈ ഗ്രാമം, പാശ്ചാത്യനാഗരികതയുടെ നേരെ പൂപ്പുഞ്ചിരി പൊഴിച്ചുനിൽക്കുന്ന കൊച്ചി മഹാനഗരത്തിന്റെ ജഘനവും വൈലോപ്പിള്ളിയുടെ ജന്മഗ്രാമവുമായ കലൂരാകുന്നു. സ്ഥലപുരാണത്തിലെ ഈ തമാശ ഒരാകസ്മിക സംപാതമാകാം. എനിക്കതിൽ താല്പര്യമില്ല. പക്ഷേ, ഈ ഗ്രാമജീവിതത്തിലാണ് തന്റെ യഥാർത്ഥമായ വേരോട്ടമെന്നും അവിടെയാണ് താൻ കണ്ണെഴുതിയ കന്നിമണി വെച്ചു മറന്നുപോന്നതെന്നും അവിടുത്തെ കൊയ്ത്തുപാടമാണ് ജീവിതത്തിന്റെ കൊയ്ത്തുപാടമെന്നും വൈലോപ്പിള്ളി തന്നെ പലപ്പോഴായി പറഞ്ഞിട്ടുണ്ട്. ഇവിടെവെച്ചാണ് കർമ്മജടിലമായ ജീവിതരംഗത്തിൽനിന്നു പിന്തിരിഞ്ഞു നോക്കുന്ന സ്വപ്നത്തിന്റെ നീലനീൾക്കണ്ണുകൾ തന്നെ കടാക്ഷിച്ചത്.

"കൊയ്ത്തു നിർത്തിയിടയ്ക്കിടയ്ക്കെന്നെ-
യെത്തിനോക്കുമേതാളുടെ കൺകൾ
എന്നിലോരോ കിനാവുകൾ പാകി
എന്റെ പാട്ടിനു പൂഞ്ചിറകേകി"
(കന്നിക്കൊയ്ത്ത്)
"ഏറിയെ ദുഃഖത്തിലും ജീവിതോല്ലാസത്തിന്റെ
വേരുറപ്പിവിടെപ്പോൽ കാണുമോ മറ്റെങ്ങാനും."

എന്നു സ്തുതിച്ചതും ഈ ഗ്രാമദുഃഖത്തിന്റെ സുഖത്തെത്തന്നെ

ഏറിയ പുരുഷായുസ്സിൽ നേടിയ ധീരത, എന്നും പാഴ്ത്തണിയിൽ പൊതിഞ്ഞ ദുഃഖത്തിന്റെ മഹാധീരത; എന്നും ഐതിഹാസികമായ ഈ സഹനശക്തിയെ താൻ പലപാടു വാഴ്ത്തിയിട്ടുണ്ട്. നമ്മുടെ ഗ്രാമങ്ങൾ ഇതറിയുമോ എന്നെനിയ്ക്കു നിശ്ചയമില്ല. ദാരിദ്ര്യദുഃഖങ്ങൾക്ക് ഇത്രയും ഉന്നമന ശക്തിയുണ്ടോ എന്നും സംശയമാണ്. എങ്കിലും ഈ വിലക്ഷണതയിൽ എന്തിന്റേയും അപ്പുറം കാണുക എന്ന ഏനൽസ്വഭാവശൈലിയുടെ ആവിഷ്ക്കാരം കാണാം.

"കാമ്യമാം പാലപ്പൂവിൻ
മണമൊത്തീഗ്രാമത്തിൽ
ഞാൻ പരിചയിച്ചതി-

ജീർണ്ണതയുടെ ഗന്ധം"

കാമ്യതയും ജീർണ്ണതയുടെ ഒപ്പം കാണുന്ന ദ്വിമുഖമായ, ദ്വിവർണ്ണമായ ഈ വീക്ഷണം ഒരർത്ഥത്തിൽ മനഃശാസ്ത്രജ്ഞന്മാർ വിവരിക്കുന്ന ഉഭയകരതി (Ambivalence) തന്നെയാകുന്നു ഇതിന്റെ കൗതുകകരമായ ഒരു പരിണാമം. വിമർശനത്തോടുള്ള വൈലോപ്പിള്ളിയുടെ

പ്രതികരണത്തിൽ കാണാവുന്നതാണ്. കവികളുടെ അസഹിഷ്ണുത പുരാണപ്രസിദ്ധമാണെങ്കിലും ക്ഷുദ്രനിരൂപണത്തിനുകൂടി ആരോഗ്യകരമായ ചില ധർമ്മങ്ങളുണ്ടെന്നാണ് ഈ കവിയുടെ നിലപാട്.

"ഹേ വിമർശക, ജീർണ്ണ-
പത്രങ്ങൾ കൂട്ടിച്ചോട്ടിൽ
നീ വളർത്തുക വഹ്നി
നന്ദി ഞാൻ പറഞ്ഞേക്കാം.
തീയുണർത്തവേ, പച്ച-
മണ്ണിലേയ്ക്കുദ്യൽഫലം
വായുവിൽ വെളിച്ചത്തി-
ലേയ്ക്കു ഞാൻ വളർന്നേക്കാം."
(വിമർശനം)

ചെറുതീയും പുകയും ആത്മാവിൽ പുതിയ കൂമ്പും പുതു പൂക്കുലയും കിളിർപ്പിക്കും എന്ന ഈ പ്രസ്താവത്തോടു ചേർത്തു വായിക്കുമ്പോൾ വൈലോപ്പിള്ളിക്കവിതയെ പുകഴ്ത്തുന്നതും കരുതലോടെ വേണ്ടിയിരിക്കുന്നു എന്ന് സിദ്ധിക്കുന്നതാണ്. ദുഃഖങ്ങളിൽ അനുദ്വിഗ്നവും സുഖങ്ങളിൽ നിസ്പൃഹവുമായ ഈ അവസ്ഥ വൈലോപ്പിള്ളിക്കവിതയിൽ ധർമ്മസങ്കടത്തിന്റേതായ ഒരു സവിശേഷാന്തരീക്ഷം നിർമ്മിക്കുന്നു.

ധാരണാനിരാസം

ഏനൽസ്വഭാവ ഘടനയുടെ മൗലിക താളം ധാരണയുടേയും നിരാസത്തിന്റേയും (Retention-expulsion) താളംതന്നെയാണ്. നീണ്ട 'ധാരണ' കുട്ടികൾക്ക് ആഭ്യന്തര സവിശേഷസുഖം മാത്രമല്ല ഇച്ഛാശക്തിയുടെ മീതെ വലിയ നിയന്ത്രണവുംകൂടി നൽകുന്നു. ഇതെത്രത്തോളം നീണ്ടുപോകുന്നുവോ അത്രത്തോളം 'നിരാസ'ത്തിന്റെ സുഖവും വർദ്ധിക്കും.

"അത്രയുമിഹ പഴകിയ മദ്യമി-
തെത്ര മനസ്സിനു പഥ്യം"

എന്നു നമ്മുടെ കവി ഇക്കാര്യം കവിതയിൽതന്നെ പറഞ്ഞിട്ടുണ്ട്. തന്നെ നിയന്ത്രിക്കുകവഴി ലോകത്തെത്തന്നെ നിയന്ത്രിക്കാനുള്ള കരുത്താണ് ക്ഷമ നൽകുന്നത്. ദീർഘപ്രയത്നമെന്ന ഏനൽസ്വഭാവം വൈലോപ്പിള്ളിക്കവിതയിൽ ദീർഘമായ ശില്പതപസ്യയായിത്തീർന്നിരിക്കുന്നു. ഒരർത്ഥത്തിൽ ഇതുതന്നെയാണ് അനർഹമായ പ്രചാരം നേടിയ കാച്ചിക്കുറുക്കൽ. 'ഏതെങ്കിലും കവിത വികസിപ്പിക്കുവാനിരുന്നാൽ ആ പണി തീരുന്നതുവരെ ഞാനൊരു പൊരുന്നൽ കോഴിയാണ്' എന്ന്

‘എന്റെ കവിത’യിൽ കവിതന്നെ പ്രസ്താവിച്ചിരിക്കുന്നു. സ്ഥാവരസഹജമായ ഈ ക്ഷമയും, ദീർഘപ്രയത്നവും, ചെയ്യുന്നതെന്തും അന്ത്യനിമിഷത്തിലേക്ക് നീട്ടിവെയ്ക്കുവാനുള്ള പ്രവണതയും ഏനൽഘടനയുടെ സവിശേഷതയാണെന്നു സാഡ്ഗറും പറഞ്ഞുവച്ചിട്ടുണ്ട്.[14] ‘താമസിച്ച മനുഷ്യൻ’, ‘വൈകിയ വസന്തത്തിൻ പുഷ്പങ്ങൾ’, ‘കുറ്റക്കാരൻ’ എന്നീ കവിതകളിൽ അനുപമമായ ഉൾക്കാഴ്ചയോടെ വൈലോപ്പിള്ളി തന്നിലെ ഈ സത്യത്തെ ആവിഷ്കരിച്ചിരിക്കുന്നു.

“സമസ്തം വൈകിച്ചെയ്യ-
ലാണു നിൻ പരാജയം
ക്ഷമിക്കാം കാത്തീടാം ഞാൻ
നീ താനേ വരുവോളം”
(താമസിച്ച മനുഷ്യൻ)

എന്നു കവിയെ സ്വപ്നത്തിൽ വിളിച്ചറിയിക്കുന്നത്, തന്റെ ചിരവാഞ്ഛിതനായ സുഹൃത്ത്, കാലൻതന്നെയാണ്. കാലനെപ്പോലും കടംപറഞ്ഞു പറ്റിക്കുന്ന ഈ മനുഷ്യന്റെ കഥ, ജി. ശങ്കരക്കുറുപ്പിന്റെ രാഗഹർഷവിഹ്വലമായ ‘എന്റെ വേളി’യുമായി താരതമ്യപ്പെടുത്തി നോക്കേണ്ടതുമാണ്. പ്രവൃത്തിയെന്നപോലെ നിവൃത്തിയും സുഖദമാണെന്നു കണ്ടെത്തുന്ന ധാരണാനിരാസശൈലിയുടെ ഉദാത്തമായ ഒരു ചിത്രീകരണമായി മാത്രമേ, ‘താമസിച്ച മനുഷ്യ’നെ കാണുവാൻ എനിക്കു കഴിയൂ. ഇതിൽ ത്യാഗവും തോൽവിയും ഇല്ലതന്നെ. ‘വൈകിയ വസന്തത്തിൻ പുഷ്പങ്ങൾ’ കൂടുതൽ വിലയുറ്റ പുഷ്പങ്ങളായിത്തീരുന്നതുപോലെ ചെപ്പിലടച്ചു സൂക്ഷിക്കുന്ന അനുഭവം, അനുഭവമൂല്യത്തേയും അധികമാക്കിത്തീർക്കുന്നു. ഒന്നും നേരത്തിനു ചെയ്യാതിരിക്കുന്നതിന്റെ സുഖം, അങ്ങിനെ ചെയ്യാതിരിക്കുന്നവർക്കേ അറിയൂ.

“അമ്പതായെനിക്കെന്നാ-
ലൊറ്റയായ് ജീവിച്ചേൻ ഞാ-
നമ്മയെ സ്മരിച്ചു ഞാൻ
ഭയന്നേൻ പെൺജാതിയെ.”

എന്നിട്ടു താനെടുത്തുവളർത്തിയ കുട്ടിയെ കെട്ടിനിർത്തിയ സ്നേഹം കൊണ്ടഭിഷേകവും ചെയ്തു.

“ഏറ്റവും മതിമറ-
ന്നവനെസ്സംലാളിച്ചേൻ
നീട്ടിവെച്ചൊരു ജോലി
വെമ്പലായ് ചെയ്യുംപോലെ” (കുറ്റക്കാരൻ)

14 Sadgar-Anal-erotik and Anal charakter അബ്രഹാം ഉദ്ധരിക്കുന്നത്

ഇങ്ങനെ നീട്ടിവെയ്ക്കുന്നതിലുള്ള ആനന്ദം, മുതിർന്നവരുടെ ആജ്ഞയെ ധിക്കരിക്കുന്നതിലുള്ള ആനന്ദം അഥവാ ആദ്യ ധിക്കാര മാണ് എന്ന് ഫ്രോയ്ഡ് കണ്ടെത്തിയിട്ടുണ്ട്.[15]

ദുഃഖത്തിന്റെ സുഖം

മനുഷ്യദൈവബന്ധത്തെ (പിതൃപുത്രബന്ധത്തെ) പുരസ്കരിച്ചെഴുതിയതും 'പഴയ നിയമ'ത്തിലെ ഇയ്യോബിന്റെ കഥയെ (Book os Job) അനുസ്മരിപ്പിക്കുന്നതുമായ വിശിഷ്ട ഗീതകത്തിൽ മനുഷ്യന്റെ തീരാദുരിതങ്ങളെണ്ണിപ്പറഞ്ഞിട്ട് കവി ഇങ്ങനെ അവസാനിപ്പിക്കുന്നു.

"ഇപ്പൊഴുമെന്നാലന്ധ-
മെന്റെയാത്മാവിൽ സർവ്വ-
നിഷ്ഫലതയെച്ചൊല്ലി-
യുണ്ട് കയ്ചൊരു തുള്ളി
അതിനെസ്സക്ഷിപ്പ ഞാ-
നാരെന്റെ വിധികർത്താ-
വവനു നിവേദിപ്പാ-
നവനു നിവേദിപ്പാൻ."
(അവസാനത്തെ അശ്രുബിന്ദു)

തിക്തജീവിതാനുഭവങ്ങൾ ഉള്ളിൽ സൂക്ഷിക്കുന്നതിലെ ദുഃഖം, ദുഃഖം സഹിച്ചുകൊണ്ടിരിക്കുന്നതിലെ സുഖം, തന്റെ പിതാവായ ഈശ്വരന്റെ മുമ്പിൽ പകയോടുകൂടി, അവിചാരിതമായി അതു നിവേദിക്കുന്നതിലെ അലഘുവായ സംതൃപ്തി, എന്നിവയെല്ലാം ഈ ലഘുകവിതയിൽ അന്യാദൃശമായി സംഘനനം ചെയ്തിരിക്കുന്നു.

അഭ്യന്തരശാരീരികപ്രവർത്തനങ്ങൾ തന്റെ വരുതിക്കു വഴങ്ങിത്തുടങ്ങുന്നതായി കാണുന്ന ശിശുവിനു തന്റെ ഇച്ഛാശക്തിയുടെ വ്യാപ്തിയെക്കുറിച്ച് വ്യാമുഗ്ധ ഭാവനകളുണ്ടായിത്തീരും. തന്റെ വിചാരങ്ങൾ സർവ്വശക്തങ്ങളാണെന്ന് അവർ കരുതിത്തുടങ്ങുന്നു (അബ്രഹാം). ഈ ഭാവന യോഗികളിലും കവികളിലും സർവ്വസാധാരണമാണ്. അപാരമായ കാവ്യസംസാരത്തിലെ പ്രജാപതിയാണ് താനെന്നു കരുതുന്ന കവി, മന്ത്രവാദിയുടെ ചേതോഹരമായ, അമൂർത്തമായ ഒരാവർത്തനംതന്നെ. വൈലോപ്പിള്ളിയുടെ കവിയും സൗന്ദര്യബോധവും

---

15 It (Faces) is evidently treated as an additional part of the body; it represents the first 'donation', the disposal of which expresses the pliability while the retention of it can express the spite of the little being towards his environment-Freud Three contributions to the theory of Sex.

ഇക്കാര്യം സ്പഷ്ടമാക്കുന്നു. സന്ധ്യകൾ താനാണ് സൃഷ്ടിക്കുന്നതെന്ന് വൈൽഡിനെ അനുസ്മരിപ്പിക്കുന്നു.

മഹാകവി വള്ളത്തോളിന്റെ കവിതയെ പ്രകീർത്തിച്ചെഴുതിയ 'ഒരു ഗാന'ത്തിൽ പ്രണയനൈരാശ്യം, ജീവിതപരാജയം, വാർധക്യ മരണങ്ങൾ എന്നിവയ്ക്കുള്ള പ്രത്യൗഷധമാണ് കവിത എന്ന വിശ്വാസം വൈലോപ്പിള്ളി പ്രകടിപ്പിച്ചിട്ടുണ്ട്. ഉമർഖയ്യാമിന്റെ സ്വർഗ്ഗത്തിലുള്ള നാലിനങ്ങളിൽ ഒന്നുമാത്രംകൊണ്ടുതാൻ സ്വർഗ്ഗം വിരചിക്കും എന്നാണ് ഇതിന്നർത്ഥം. അല്ലാദിന്റെ വിളക്കുപോലെ, 'ഗാനം' ഇച്ഛയെ വസ്തുത യാക്കി മാറ്റുന്നു.

"ആ വരികൾ ഞാൻ പാടവേ കാണൂ
താഴ്‌വരകൾ മുൻനാളിനെപ്പോലെ....
ഉണ്ടവരും അവളുമെൻ കൊച്ചു-
വിണ്ടലവും വിരാമവുമെല്ലാം
ഹാ, പരാജിതനല്ല ഞാൻ..."

കവിതയുടെ രസായനശക്തിയെക്കുറിച്ച് 'ഓർമ്മക'ളിലും ഇങ്ങനെ പറഞ്ഞിരിക്കുന്നു.

"മഞ്ഞുകൾ വീണെൻ ചെറു വീട്ടിൻ
മൺചുമർ ജീർണ്ണിച്ചടിയേ
കലുഷിതമെൻ ജീവിതമൂറി-
ക്കവിതകളായതു കോരി
പാഴ്നരയൊടു പകരംവീട്ടി-
പ്പാനം ചെയ്തു രസിപ്പൻ!"

മരണത്തെപ്പോലും വഞ്ചിച്ചു മടക്കുവാനും തന്നെ ഭീഷ്മപിതാമഹ നെപ്പോലെ സ്വച്ഛന്ദമൃത്യുവാക്കുവാനും കവിതയായിത്തീർന്ന സ്മരണയ്ക്കു കഴിയും എന്ന വിശ്വാസവും കവി പ്രകടിപ്പിച്ചിട്ടുണ്ട്.

"എങ്കിലുമെട്ടത്തേൻ ഞാൻ
ശുദ്ധമെൻ കന്നിക്കാതൽ-
പ്പെൺകൊടിയാൾതൻ കൊച്ചു
മധുരസ്മൃതി മാത്രം
വെറ്റിലത്തരിപോലെ
ഞാനതു നുണയവേ
ചുറ്റിലും മഞ്ഞത്തൊരു
മാമ്പൂവിൻ മണം ചിന്നി...
എന്തിതു, ചതിച്ചോ നീ

പിന്തിരിഞ്ഞോതീ മൃത്യു" (മരണം കനിഞ്ഞോതി)

കവിത, വൈലോപ്പിള്ളിക്ക് മൃത്യുഞ്ജയമായ ഒരു മണമാകുന്നു!

"സ്വപ്നമോ? രാക്കിനാവുകളല്ലീ
സുപ്രഭാതത്തിൻ പൂവുകളെല്ലാം!"
(കുടിയൊഴിക്കൽ)

ഇച്ഛ അഥവാ ചിന്ത സർവ്വശക്തമാണ് (omnipotence of thought) എന്ന ഏനൽ ശൈശവഭാവനയെ ഈ വരികളും സമർത്ഥമായി ഉദാഹരിക്കുന്നു.

പിശുക്കന്റെ പൊൻനാണയങ്ങൾ

അമിതമായ മിതവ്യയശീലം (parsimony) ആണ് ഏനൽസ്വഭാവഘടനയുടെ ഒരു സവിശേഷത എന്ന ഫ്രോയ്ഡും ജോൺസും ചൂണ്ടിക്കാണിച്ചിട്ടുണ്ട്. വൈലോപ്പിള്ളി മിതവ്യയിയാണോ എന്ന വസ്തുതയിൽ എനിക്കു താല്പര്യമില്ല. എങ്കിലും വൈലോപ്പിള്ളിക്കവിതയിൽ ഒരുറുപ്പിക നൂറുപൈസയായിത്തന്നെ ഉപയോഗിക്കുവാനുള്ള തീവ്രവും നിരന്തരവുമായ യത്നം ഞാൻ കണ്ടിട്ടുണ്ട്. കഴിയുന്നിടത്തെല്ലാം ശബ്ദങ്ങളിൽനിന്നും പലിശയും ബോണസ്സുമായി അർത്ഥം സമ്പാദിക്കുവാനും അദ്ദേഹം ശ്രദ്ധിക്കാറുണ്ട്.

"കൊള്ളിവാക്കിലില്ലയോ വാസ്തവനാളം!"
"ഞാനിക്കിളികളെയാട്ടിയോടിക്കും"
"നിൻ കുടിയൊഴിഞ്ഞീടണമീ ഞാൻ
നിൻ കുടിയൊഴിപ്പിക്കുമല്ലെങ്കിൽ"
"പൊൻപണത്തിനു മാനത്തെ വിറ്റു
നിൻ വയർ നീ നിറയ്ക്കുയോ ബാലേ"
"പൂവൻ പൂച്ചുമിളക്കിച്ചിന്താ-
ഭാവം പൂണ്ടു നിൽപ്പിതുപാടത്ത്"
"വരിക കണ്ണാൽക്കാണാൻ

വയ്യാത്തൊരെൻ കണ്ണനെ"

"നീ തൊഴിലാളി നീറിക്കിടക്കും

നീറ്റടയ്ക്കപോലുള്ളൊരാമണ്ണിൽ"
"രാവിലെ ദാസ്യം പുൽകിയെച്ചില്ലുണ്ടുറങ്ങിയോർ
രാവിലെ മട്ടുപ്പാവിൽ യജമാനരായ് വാഴ്‌വൂ"

വാക്കുകളുടേയും ചിന്തകളുടേയും ചെറുച്ചുഴികളിൽ തനിക്കു വലിയ താല്പര്യമാണുള്ളതെന്ന് വൈലോപ്പിള്ളി ഗദ്യത്തിൽ സമ്മതിച്ചിട്ടുണ്ട്. ('എന്റെ കവിത') പക്ഷേ തന്റെ കവിതയിലെ പദവാക്യരചനയുടെ പാവുനെയ്ത്തിനെ നിരൂപകന്മാർ പ്രശംസിച്ചു(?) കേൾക്കുന്നത് ഇഷ്ടമല്ല എന്നും തുടർന്നു സൂചിപ്പിച്ചിരിക്കുന്നു. നന്മയുടെ മറുപുറം കാണുക എന്ന ഏനൽസ്വഭാവം സ്പഷ്ടമാക്കുന്നതിനു പുറമേ, കവിയുടെ ഇഷ്ടാനിഷ്ടങ്ങൾ കാവ്യനിരൂപണത്തിൽ പ്രസക്തമായിക്കൂടാ എന്ന് ഊന്നിപ്പറയേണ്ട കാലമായി എന്നും ഈ പ്രസ്താവം അനുസ്മരിപ്പിക്കുന്നു.

കവിയുടെ കാമധേനു

ഭാവത്തിനനുഗുണമായ പദം വെച്ചും എടുത്തും ഒരു കവിയുടെ ദോളായമാനമായ മനസ്സ് ഒടുവിൽ എത്തിച്ചേരുന്ന സാരസ്വതസിദ്ധി (വാമനൻ)യല്ല വൈലോപ്പിള്ളിയുടെ ഈ പ്രവണതയിലുള്ളത്. പിശുക്കൻ നാണ്യങ്ങളെയന്നപോലെ കവി പദങ്ങളെ താലോലിക്കുന്നു. ഭാവനകൊണ്ടു തിരിപ്പിടിക്കുമ്പോൾ അവ തേഞ്ഞുപോകുകയല്ല ചെയ്യുന്നത് എന്നേയുള്ളൂ -- മറിച്ച്, മർദ്ദിക്കപ്പെടുന്ന കാശിത്തുമ്പക്കായിൽ നിന്നെന്നപോലെ, അവയിൽനിന്ന് അനാദിയായ അനുഭൂതിബീജങ്ങൾ ചിതറിത്തെറിക്കുന്നു. ശബ്ദാർത്ഥങ്ങൾ കൂട്ടിവെയ്ക്കാതെ തങ്ങളിൽക്കൂടി ഒഴുകിപ്പോകാനനുവദിക്കുന്ന ഷെല്ലി, ടാഗൂർ, ജി.ചങ്ങമ്പുഴ എന്നീ കവികളുടെ രചനാരീതികളുമായി സാദൃശ്യപ്പെടുത്തുമ്പോൾ വൈലോപ്പിള്ളിയുടെ സവിശേഷത ഒന്നുകൂടി സ്ഫുടമായിത്തീരുന്നതാണ്. വൈകിയെഴുതുക, കുറച്ചു മാത്രം എഴുതുക, ചെറുതായെഴുതുക എന്നതും തന്റെ ഒപ്പടയാളം തന്നെ. ഓരോ പുൽക്കൊടിയും പിരിച്ചെടുത്തു പശുവിനെ തീറ്റുന്ന അല്പദാനക്കാരനായ ഒരു ലുബ്ധനെപ്പോലെയാണ് വൈലോപ്പിള്ളി തന്റെ കാമധേനുവിനേയും പോറ്റുന്നത്. അതിസാമ്യംകൊണ്ടു ശ്രദ്ധേയമായ ഒരുദാഹരണം അബ്രഹാമിന്റെ പഠനത്തിൽനിന്നുദ്ധരിച്ചു ചേർക്കാം.

...For instance, there was the case of a stingy man who fed his goat by giving it each blade of grass separately.

'കുടിയൊഴിക്ക'ലിന്റെ കവിയും ഇതേവിധം ഒരു പശുവിനെ വളർത്തുന്നു.

"വെള്ളിവാർമണിത്താലികളാട്ടി
വെള്ളിലനിറപ്പുള്ളികൾ കാട്ടി
തുള്ളിടുന്നൊരെൻ പയ്യിനു പച്ച-
പ്പുള്ളികുത്തിയ പുല്ലെടുത്തേകി"

കവി പോറ്റിവളർത്തുന്ന ഈ ഗോവ് മറ്റൊരർത്ഥത്തിൽ കവിതയെന്ന ഗോവുതന്നെയാണ് എന്ന് കാണുവാൻ കഴിയും. 'തുള്ളിടുന്നൊരെൻ പയ്യിന്' എന്ന പ്രയോഗമാകട്ടെ പയ്യിനെ പുല്ല് കാട്ടി കൊതിപ്പിച്ച് തുള്ളിക്കുകയും അല്പാല്പമായി, അപര്യാപ്തമായി കൊടുത്തു രസിക്കുകയും ചെയ്യുന്ന സാഡിസ്റ്റ് ക്രൂരതയെ വെളിപ്പെടുത്തുന്നു. ഈ സാഡിസ്റ്റു ഭാവന വൈലോപ്പിള്ളിയിൽ ഒരു മൗലികസ്വഭാവമാണെന്ന് 'കുടിയൊഴിക്കൽ', 'കണ്ണീർപ്പാടം', 'കാശിത്തുമ്പകൾ,' എന്നീ കവിതകൾ ശ്രദ്ധാപൂർവ്വം വായിച്ചിട്ടുള്ളവർക്കറിയാൻ കഴിഞ്ഞിട്ടുണ്ടാകാം.

മൂന്നു മുനകൾ

ഉദീത്തീകൃതമായ ഭാവനാലോകത്തിൽ അഥവാ കവിയുടെ മായാലോക (poet's pseudo-world)ത്തിൽ ഏകാന്തസുഖം അനുഭവിച്ചുകൊണ്ടിരിക്കുവാനുള്ള തൃഷ്ണയും ഈ സ്വഭാവത്തിന്റെ സവിശേഷതയായി ചൂണ്ടിക്കാണിക്കപ്പെട്ടിട്ടുണ്ട്.

സ്വന്തം മാനസിക സൃഷ്ടികളിൽ കൗതുകം (അബ്രഹാം), തീവ്രമായ ആത്മാഭിമാനം (ജോൺസ്), തന്റെ അപ്രമാദിത്വത്തിൽ തികഞ്ഞ വിശ്വാസം (സാഡ്ഗർ) എന്നിങ്ങനെ ഈ സ്വഭാവത്തിന്റെ മൂന്നു മുനകളും വൈലോപ്പിള്ളിക്കവിതയിൽ കാണാം. കവിതയ്ക്കു അനുപേക്ഷണീയമല്ലാത്ത അടിക്കുറിപ്പുകളെഴുതുക, കാവ്യാസ്വാദനം എങ്ങനെ നിർവ്വഹിക്കണം എന്നു പേർത്തും പേർത്തും ഉൽബോധിപ്പിക്കുക തുടങ്ങിയ പ്രത്യേകതകളെല്ലാം ഈ സ്വഭാവത്തിന്റേതുതന്നെ. മറ്റാർക്കും, തന്നെ മനസ്സിലാക്കിക്കളയുവാൻ കഴിയില്ല എന്നതു ഇവരുടെ പരാതിയല്ല. ശുദ്ധമായ അഭിമാനംതന്നെയാകുന്നു. അതുകൊണ്ടു മനുഷ്യനെ മനസ്സിലാക്കുവാനുള്ള ഒരു മഹായത്നമായ മാനസികാപഗ്രഥനത്തോട് ഇവർക്ക് സ്വാഭാവികമായ എതിർപ്പുണ്ടാകും. (അബ്രഹാം) വൈലോപ്പിള്ളിയുടെ കവിതയെക്കുറിച്ചല്ലാതെ, കവിതയിലെ പദവാക്യങ്ങളെക്കൊണ്ടു സപ്രമാണമാക്കാതെ, ഒരഭിപ്രായവും ഈ പ്രബന്ധത്തിൽ പ്രകടിപ്പിച്ചിട്ടില്ല എന്നതുമാത്രമാണ് സംഭാവ്യമായ ഈ പ്രതിഷേധത്തിന്റെ പ്രതിഷേധം.

ഏകാകിതയിൽ സംതൃപ്തി, എഴുതാത്ത പുറം വായിക്കുന്നതിൽ ആസക്തി, അഭിരുചികളിലും അഭിപ്രായങ്ങളിലും വിശ്വാസങ്ങളിലും വീട്ടുവീഴ്ചയില്ലായ്മ എന്നീ ഏനൽ സ്വഭാവധാരകളുടെ ഫലമായി, സ്നേഹശൂന്യമായ ഒരു മാനസികാവസ്ഥയുണ്ടായിത്തീരുമെന്ന് ജോൺസും തന്റെ വിദഗ്ദ്ധമായ പ്രബന്ധത്തിൽ ചൂണ്ടിക്കാണിച്ചിട്ടുണ്ട്. സ്നേഹധനന്മാരായ കവികളെക്കുറിച്ച് ഈ അഭിപ്രായം സംഗതമാകുമോ എന്ന്

സംശയിക്കുന്നവരുണ്ടാകാം. 'ഞങ്ങൾ നിങ്ങളെ സ്നേഹിപ്പിതെന്നും' എന്നു കവിതന്നെ ഒരിക്കൽ ശപഥം ചെയ്തിട്ടുമുണ്ട്. എനിക്കു പറയുവാനുള്ളത് വൈലോപ്പിള്ളിയെക്കുറിച്ചല്ല, വൈലോപ്പിള്ളിക്കവിതയിലെ മാനസിക പ്രപഞ്ചത്തെക്കുറിച്ചു മാത്രമാകുന്നു. പക്ഷിവർഗ്ഗത്തിൽ 'കാക്ക'യെ കീർത്തനീയമായിക്കണ്ട കവിയോട് പ്രിയതമ ഒരിക്കൽ ഇങ്ങനെ ചോദിച്ചുവത്രെ:

"നോക്കിനിന്നുരച്ചു നീ
ഞാനാദ്യം മരിച്ചൊരു
കാക്കയായ് വന്നാലെന്നെ-
യങ്ങു കണ്ടറിയുമോ?
അറിയും എന്നോതിനേൻ
കണ്ടറിഞ്ഞാലെന്തു-ക-
ല്ലെറിയും സ്നേഹിക്കുകി-
ല്ലപ്പൊഴുമെന്നെബ്ഭുവാൻ." (കാക്കകൾ)

പ്രിയപത്നിക്കുവേണ്ടി കാക്കയോടുപോലും കയർത്ത രാമന്റെ നാട്ടിൽ, കാക്കയെ സ്നേഹിക്കുകയും പ്രിയയെ കല്ലെറിയുകയും ചെയ്യുന്ന കവിയെ തനിക്ക് 'അറിയാം' എന്നാണ് ഈ വരികളുടെ അർത്ഥം. ഇതാ ഇതു 'കാശിത്തുമ്പക'ളിലെ കുറ്റസമ്മതമാണ്.

"ഞെരുക്കിയുടച്ചല്ലോ
നിന്നെ ഞാൻ വീണ്ടും വീണ്ടും
പരുഷവിചാരത്താൽ
വാക്കിനാൽ പ്രവൃത്തിയാൽ
ഓമലേ നിത്യാന്ധൻ ഞാൻ
ശേഷിച്ചു വിധുരനാ-
യോർമ്മകളുടെ കാശി-
ത്തുമ്പപ്പൂമലർക്കാവിൽ."

വസ്തുവിനെ നിരാകരിക്കുകയും അതിന്റെ നിഴലിനെ, ഓർമ്മയെ ആശ്ലേഷിക്കുകയും ചെയ്യുന്ന ഈ സാഡോമസോക്കിസ്റ്റ് ജീവിതശൈലിയിൽ സുഖകരമായ ഒരംശമുണ്ട് എന്നാണ് 'ഓർമ്മകളുടെ കാശിത്തുമ്പപ്പൂമലർക്കാവിൽ' എന്ന അന്ത്യപദത്തിന്റെ പ്രസാദം വിളിച്ചറിയിക്കുന്നത്. അതിൽ ഉൽക്കടമായ സ്നേഹവൈരാഗ്യങ്ങളുടെ വികാരസംഘട്ടനവും ഹൃദയമഥനവുംകൂടിയുണ്ടെന്ന് 'കണ്ണീർപ്പാടം' സ്പഷ്ടമാക്കുന്നു.

"ഇന്നു മിക്കതും മുൾക്കാ-
ടായ ദാമ്പത്യത്തിന്റെ
പനിനീർപ്പൂന്തോട്ടത്തിൽ...

പിറക്കാതിരുന്നെങ്കിൽ
പാരിൽ നാം സ്നേഹിക്കുവാൻ
വെറുക്കാൻ തമ്മിൽക്കണ്ടു-
മുട്ടാതെയിരുന്നെങ്കിൽ.''

ആത്മപീഡയുടെ സ്വരം

ഈ സംഘട്ടനമാണ് തുടക്കം മുതൽക്കുതന്നെ വൈലോപ്പിള്ളിക്കവിതയുടെ അന്തരാത്മാവിനെ ദീപ്തമാക്കിപ്പോന്നിട്ടുള്ള ഘടകം. അതിലെ മസോക്കിസത്തിന്റെ, ആത്മപീഡയുടെ ധാര സാഡിസത്തിനു മാപ്പു നൽകുന്നു. ആനൽ സ്വഭാവശൈലിയുടെ ഭാവകാർക്കശ്യം ഈ സംഘട്ടനത്തെ ഏറെക്കുറെ സ്തംഭിപ്പിച്ചു നിർത്തുകയും ചെയ്യുന്നു.

“എത്ര നിർവ്വികാരമിപ്പുതുതാം തലമുറ''
എന്നു ‘കണ്ണീർപ്പാട’ത്തിലും
“ചുണ്ടലുമിട്ടിളകാതെയിരിപ്പൂ
ചുമ്മാ തീരത്തൊരു പയ്യൻ''

എന്നു ‘ചേറ്റുപുഴ’യിലും കവി സ്വന്തം കവിതയുടെ ഭാവത്തെ മറ്റിമേജുകളിൽ പ്രക്ഷേപിച്ചിട്ടുണ്ട്. ഈ നിശ്ചലത തന്റെ വേദനയും തന്റെ ശക്തിയും തന്റെ കവിതയുടെ ഭാവദീപ്തിയും ആകുന്നു.

ഏനൽ സ്വഭാവത്തിന്റേതായ കടുംപിടുത്തം (obstinacy) എന്നു ഫ്രോയ്ഡ് നിർദ്ദേശിച്ച ആത്മപീഡാകരമായ യാഥാസ്ഥിതികത്വം വൈലോപ്പിള്ളിക്കവിതയുടെ മൗലികമായ ഒരു സവിശേഷതയാണ്. ശത്രുക്കളുടെ സൗകര്യത്തിനുവേണ്ടിയാണ് ഞാനിതിന്ന് യാഥാസ്ഥിതികത്വമെന്ന വൈകാരികനാമം നൽകുന്നത്. ശാസ്ത്രീയവീക്ഷണവും പുരോഗമനവ്യഗ്രതയുമുള്ള ‘പന്ത’ങ്ങളുടെ കവിയെക്കുറിച്ച് ഇങ്ങനെ പറയുന്നത് സത്യനിഷേധമാണ് എന്നു തോന്നാം. തേജോമയവും [illegible] കയ്യോട്ടു കൈ മാറുന്ന നിശ്ചലബിന്ദുവിലാണ് ഭാവശില്പം ആരംഭിച്ചവസാനിക്കുന്നത്. പുരോഗതിയെ പഴമയുടെ തുടർച്ചയായും തടവിൽപ്പെട്ട നന്മയുടെ ബന്ധമോചനമായും ഇതിൽ ചിത്രീകരിച്ചിരിക്കുന്നു.

“അസ്മദനശ്വരപൈതൃകമാമീ-
യഗ്നി വിടർത്തും സ്കന്ദങ്ങൾ
ആകെയുലച്ചീടട്ടെ മന്നിലെ
നാകപുരത്തിൻ ബന്ധങ്ങൾ!''

ഈ നിമിഷത്തിൽ കവി മൃത്യുവിലേക്ക്, പ്രപഞ്ചത്തിന്റെ ഉദരത്തിലേക്ക് മടങ്ങിപ്പോകുകയും ചെയ്യുന്നു.

'പന്തങ്ങ'ളിൽ മാത്രമല്ല, പന്തകൊളുത്തിപ്പട നടത്തുന്ന 'കുടിയൊഴിക്ക'ലിലും വിപ്ലവഘോഷയാത്രയുടെ മുമ്പിലോ ഒപ്പമോ കവിയെ കാണുന്നതേയില്ല. താൻ നൈഷ്കർമ്മ്യത്തിന്റെ ധർമ്മസങ്കടത്തിന്റെ കൂട്ടിൽ അടയ്ക്കപ്പെട്ടിരിക്കുന്നു.

"ഓട്ടുവാൻ ഞാനെഴുന്നാലുമീയെൻ
കൂട്ട നീങ്ങുന്നീലെന്തഭിശാപം."

ഈ കർമ്മഷണ്ഡത്വം കവിയെ നിന്നിടത്തുതന്നെ കൊന്നിടുവാനേ പ്രയോജനപ്പെട്ടുന്നുള്ളൂ. പക്ഷേ, ഭീരുവാക്കിത്തീർത്ത ജീവിതത്തിനു ബദലായി മരണം തന്നെ ധീരനാക്കിത്തീർത്തു. കാലത്തിനോ മാനുഷ്യകത്തിനോ താൻ കീഴ്പെട്ടിട്ടില്ല. ഉള്ളതാകട്ടെ മറ്റൊരു വിധത്തിലായിരുന്നുതാനും.

"വീണുഞാൻ പോയിതെന്നെച്ചവിട്ടി
മാനുഷ്യവ്യൂഹം കാലപ്രവാഹം....
ചേറുമണ്ണായഴിഞ്ഞിതെൻ മാംസം
ചോര നീരലിഞ്ഞുറനീരായി....
മാറിൽ നിന്നെന്റെ ചുറ്റിലും നിന്നു
നൂറുനൂറു ചീവീടുകൾ പാടി."
(കുടിയൊഴിക്കൽ)

അതേ പ്രപഞ്ചരംഗത്തുതന്നെ അതിലും ആഴത്തിൽ പുനർജ്ജനിച്ച തന്റെ രൂക്ഷപശ്ചാത്തലഗാനമാണ് 'കുടിയൊഴിക്ക'ലിലെ അന്തിമ ഖണ്ഡമായ 'ചീവീടുകളുടെ പാട്ട്.' തന്റെ നാദത്തിൽക്കൂടി നിന്നിടത്തു തന്നെ താൻ അമർത്ത്യനായിരിക്കുന്നു. ഈ അധോലോകകവിത തന്നെയാണ് 'സംസ്കൃത'ത്തിൽ കീർത്തിതമായിട്ടുള്ള അന്തർവാഹിനിയായ സരസ്വതി. ഖയ്യാമിനെപ്പോലെ, അടുത്ത ജന്മത്തിൽ, ഹൃദയരക്തത്തിന്റെ തുടുപ്പുള്ള പനിനീർപ്പൂവായി വിടരുമെന്ന വ്യാമോഹം ഈ ഏനൽക്കവിക്കിപ്പോഴില്ല. ചോരനീര് ഊറ നീരായിത്തീരുമെന്നറിയുന്ന ക്രൂരമായ സത്യബോധം തന്റേതാണ്. അതുകൊണ്ട്, താനൊരു പൂവായിത്തീരുന്നുവെങ്കിൽത്തന്നെ, അടിക്കിഴങ്ങുകളുള്ളതും വന്യഗജങ്ങളുടെ ആനക്കാലുകൾ ചവിട്ടിത്തേച്ചാലും മരിക്കാത്തതുമായ ലില്ലിയുടെ പുഷ്പമായി ബോധതലങ്ങളുടെ സാന്ധ്യസംഗമഭൂമികളിൽ വിരിയും. നിന്നിടത്തുനിന്ന് ഏകവർണ്ണത്തിൽ താൻ ചിരിക്കുമ്പോൾ അതു മുഷിപ്പനാണെന്ന് പഴിക്കുന്നവർ സത്യത്തിന്റെ നിറം കണ്ടവരല്ല.

"എന്തിതിലേകസ്വര-
മാണെന്നോ സത്യത്തിന്റെ
സുന്ദരകലയ്ക്കൊരേ-
യൊരു വർണമേ പോരും" (ഭേരി)

ജീവിതത്തിന്റെയും കവിതയുടെയും ചിത്രീകരണത്തിനു കവി സ്വീകരിച്ചിട്ടുള്ള സിംബലുകളും സന്ദർഭങ്ങളും പഠിക്കുന്തോറും അവ എത്രമേൽ നിശ്ചലമാണ് എന്നു ബോധ്യമാകാതിരിക്കുകയില്ല.

ജീവിതത്തിന്റെ കൊയ്ത്തുപാടം

വൈലോപ്പിള്ളിയുടെ പഴയ ടെസ്റ്റമെന്റായ 'കന്നിക്കൊയ്ത്തി'ൽ ജീവിതമെന്നത്, മറ്റു കവികൾക്കെന്നപോലെ പിന്മടക്കമില്ലാത്ത അതിശയപ്രവാഹമല്ല, നിശ്ചലമായ കൊയ്ത്തുപാടമാകുന്നു. വെള്ളിത്തിരയിലെന്നപോലെ ഇവിടെയും ചലനം ബന്ധപ്പെട്ടിരിക്കുന്നു.

"കന്നിനാളിലെക്കൊയ്ത്തിനുവേണ്ടി
മന്നിലാദിയിൽ നട്ടവിത്തെല്ലാം
പൊന്നലയലച്ചെത്തുന്നു നോക്കു
പിന്നെയെത്രയോ കൊയ്ത്തുപാടത്തിൽ"

വരമ്പിൽ ഒരു കവി, വയലിൽ അയാളെ തിരിഞ്ഞുനിന്നു കടാക്ഷിക്കുന്ന കവിത, ചുഴന്ന ജീവിതത്തിന്റെ ചെളിപ്പാടം-- ഇതാണ് *കന്നിക്കൊയ്ത്ത്* എന്ന നിശ്ചലദൃശ്യം. ഇതാണ് വൈലോപ്പിള്ളിയുടെ ജീവിതദർശനവും. ഇന്നലെ കഴിഞ്ഞുപോയ ജീവിതവും നാളെ വരാനിരിക്കുന്ന ജീവിതവും ഇതുതന്നെ.

"നിങ്ങൾതാനവരിന്നത്തെപ്പാട്ടിൽ
നിന്നുഭിന്നമല്ലന്നെഴും ഗാനം."

നെൽക്കതിരും നെല്ലിപ്പക്കളും നിറഞ്ഞ ഈ കൊയ്ത്തുപാടത്ത് താൻ തലമുറകളാൽ ശാശ്വതീകരിക്കപ്പെടുന്നു എന്നതാണ് വൈലോപ്പിള്ളിയുടെ അനേകം ഓണക്കവിതകളുടേയും താളം.

"നരയുടെ മഞ്ഞുകൾ ചിന്നിയ ഞങ്ങടെ
തലകളിൽ മങ്ങിമയങ്ങിയിരിപ്പൂ
നിരവധി പുരുഷായുസ്സിന്നപ്പുറ-
മാളിയൊരോണപ്പൊൻകിരണങ്ങൾ"

(ഓണപ്പാട്ടുകാർ)

"പഴയൊരു പുള്ളുവനാണല്ലോ ഞാൻ
പായും കടയും നെയ്യും

പലകൈവേലകൾ ചെയ്യും പിന്നെ....
അഴകിയ നാടൻ
കവിതകൾ പാടിയിരിക്കും ചാരേ''
(ഓണമുറ്റത്ത്)

വൈലോപ്പിള്ളിയുടെ ഈ ഓണമുറ്റവും കർമ്മസ്വപ്നങ്ങൾ സമ്മേളിക്കുന്ന ജീവിതത്തിന്റെ സ്വപ്നങ്ങൾ സമ്മേളിക്കുന്ന ജീവിതത്തിന്റെ നിശ്ചലമായ മണിമുറ്റംതന്നെ. ഇവിടെ പൂഴിവിരിച്ച ഭംഗികളുടെകൂടെ, തലമുറകളിൽക്കൂടി നിത്യയുവത്വം നേടുന്ന കാലവും വന്നുനിൽക്കുന്നു.

“പഴമയിലിഴയും പല്ലുകൊഴിഞ്ഞൊരു
പാട്ടാണെന്നു പഴിക്കാമിന്നു പ-
രിഷ്കാരത്തിൻ തിണ്ണയിലുള്ളവർ....
ഇവരറിയുന്നീലെന്നഭിമാനം''

ഇവിടെയിരുന്ന് താൻ പാടുന്നത് അനാദിയായ പൊന്നോണത്തിന്റെ കഥയും ഓണത്തിന്റെ അപദാനങ്ങളുമാണ്. വൈലോപ്പിള്ളിയുടെ ഈ 'ദേവൻ' വാസ്തവത്തിൽ പാതാളത്തിലേയ്ക്ക് ചവിട്ടിത്താഴ്ത്തപ്പെട്ട അസുരചക്രവർത്തിയാകുന്നു. ഭൂമിക്കടിയിൽ മറഞ്ഞു വീണ്ടും ശുഭവാർഷികങ്ങളിൽ പുഞ്ചിരിക്കുന്ന ലില്ലിപ്പൂവിനെപ്പോലെയും മണ്ണായിത്തീർന്ന് കർണ്ണശൂലമായ മണ്ണട്ടയായി ജനിക്കുന്ന കവിയെപ്പോലെയും ഈ അസുരചക്രവർത്തിയും തന്റെ സുപ്തലോകത്തിൽനിന്ന് ഉണർന്നുയരുകയും വീണ്ടും മടങ്ങിപ്പോവുകയും ചെയ്യുന്നു. നീളത്തിൽ പായുന്ന കാലത്തെ നടുവെ മടക്കി ലംബമാക്കുന്ന ഈ നിശ്ചലരീതി യാഥാസ്ഥിതികത്വത്തിന്റെ ഉദാത്തീകൃതരൂപമാകുന്നു. ഋതുഭേദങ്ങളെപ്പോലെ വട്ടത്തിൽ ചുറ്റുന്ന ജീവിത വസന്തമായ ഓണത്തെ, പരിണാമം എന്ന പിരിയൻ കോണിയുടെ ചുറ്റുകളാക്കിത്തീർത്തു തന്റെ പുരോഗമനസ്വഭാവം സ്ഥാപിക്കുവാൻ വൈലോപ്പിള്ളി ശ്രമിച്ചിട്ടുണ്ട്. (എന്റെ കവിത)

വേദനയുടെ ലഹരി

കവിതയുടെ സിംബലായി വൈലോപ്പിള്ളി ഒന്നിലധികംതവണ സ്വീകരിച്ചുകാണുന്ന ഒരു വസ്തു, പഴകുംതോറും തെളിയുകയും തെളിയുംതോറും വീര്യമേറുകയും ചെയ്യുന്ന മദ്യമാകുന്നു. യാഥാസ്ഥിതികത്വത്തിനു ചാഞ്ഞു നിൽക്കുവാൻ ഇതിലും മികച്ച ഒരു പ്രതിരൂപമില്ലതന്നെ.

'എൻ പ്രതിഭകൾ വാറ്റിയൊരുക്കി
സംഭൃതമാക്കിയ മദ്യം....
അത്രയുമിഹ പഴകിയ മദ്യമ-
തെത്ര മനസ്സിനു പഥ്യം

നിരയത്തിൻ ചൂരും പാരിൻ
നിന്ദകളേറ്റിയ ചുവയും
പക്വതയാലൊക്കെയുമതിലെ-
ന്നത്ഭുതരുചിയായ് ചമയും' (ഓർമ്മകൾ)

ജീവിതത്തിലെ നീണ്ട, നിരന്തരമായ, ദുഃഖപരമ്പരയെ ചടുലമായ ഒരന്ത്യലഹരിയാൽ മധുരീകരിക്കുന്ന ഈ ധാരണനിരാസതാളം നമുക്ക് പരിചിതമായിക്കഴിഞ്ഞിട്ടുണ്ട്. വൈലോപ്പിള്ളിയുടെ വേദാന്തസാരവും മറ്റൊന്നല്ല.

"ആകയാലൊറ്റയൊറ്റയിൽക്കാണു-
മാകുലികളെപ്പാടിടും വീണേ
നീ കുതുകമോടാലാപിച്ചാലും
ഏകജീവിതാനശ്വരഗാനം" (കന്നിക്കൊയ്ത്ത്)

വേദനയെ ഗാനമാക്കിത്തീർക്കുന്ന ഈ വീക്ഷണവിശേഷം 'ചേറ്റു പുഴ'യിലെ 'ദാരുണ'മായ വൃന്ദമൃത്യുവെപ്പോലും വിനോദമാക്കിത്തീർത്തിരിക്കുന്നു.

"ജീർണ്ണത ചേറ്റിൽത്താഴുന്നു പുഴ
പൂർണ്ണത നോക്കിപ്പായുന്നു."

മുന്നോട്ടായുന്നു എന്നു തോന്നുന്നത്രതന്നെ പിന്നോട്ടു ചായുന്നതും എന്നാൽ വാസ്തവത്തിൽ കെട്ടിയ കൊമ്പിൽനിന്ന് അണുമാത്രം വ്യതിചലിക്കാതെ നിൽക്കുന്നതുമായ ഊഞ്ഞാലാകുന്നു വൈലോപ്പിള്ളിയുടെ പ്രശസ്തമായ മറ്റൊരു ജീവിതപ്രതീകം. ഫ്രോയ്ഡിയൻ കോണിപ്പടികൾപോലെ ഊഞ്ഞാലും ഒരു സാർവ്വലൗകികരതിപ്രതീകമാണ്. ജഗൽപിതാക്കളുടെ ഛായയുള്ള വൃദ്ധദമ്പതികൾ ഈ ഊഞ്ഞാലിന്റെ തേങ്ങലിൽക്കൂടി മാമ്പൂവിന്റെ മണമുള്ള ആതിരനിലാവിൽക്കൂടി എത്തിച്ചേരുന്നത് അവരുടെ ഗതയൗവനഭൂമികളിൽത്തന്നെ. മുന്നോട്ടുമാത്രം നീങ്ങിക്കൊണ്ടിരിക്കുന്ന കാലത്തെ ഒരു വൃക്ഷക്കൊമ്പിൽ തളച്ച് ഇരുവശത്തേക്കും ആട്ടുകവഴി വൈലോപ്പിള്ളിക്ക് കുട്ടികൃഷ്ണമാരാരുടെ മാത്രമല്ല നവീന നിരൂപകന്മാരുടേയും അഭിനന്ദനം സമ്പാദിക്കുവാൻ കഴിഞ്ഞു.

കുട്ടിത്തേവാങ്ക്

ഭാവനയുടെ ഈ ഊഞ്ഞാലാട്ടത്തെ, സർക്കസ്സഭ്യാസത്തിലെന്നപോലെ സാഹസികമായി പ്രദർശിപ്പിക്കുകയാണ് 'കുടിയൊഴിക്ക'ലിൽ കവി ചെയ്യുന്നത്. ഒരു നെടുംകുതിയാൽ വിദ്യുദൈന്ദ്രധനുസ്സുകളുടെ

സത്യലോകത്തിലേക്കും മറ്റൊരു മരണക്കുതിയാൽ പാതാളഗർഭത്തിലേക്കും കവിയുടെ ഭാവന എത്തിച്ചേരുന്നു. അവിടെ താൻ ചീവീടായി പുനർജ്ജനിക്കുകയും ഭൂതകാലത്തിന്റെ പശ്ചാത്തലഗീതം ആലപിക്കുകയും ചെയ്യും. കവിയുടെ ഇന്നലത്തെ സ്വപ്നം നിങ്ങളുടെ നാളത്തെ സ്വർഗ്ഗമായിത്തീരും.

"കെട്ട ഞങ്ങൾതൻ കേവലസ്വപ്ന-
ക്കെട്ടെടുത്തു കയറുക നിങ്ങൾ!"

ചത്താലും നിന്നിടത്തുനിന്നിളകാത്തതും ഒരേ ഇരിപ്പിൽ മുന്നോട്ടും പിന്നോട്ടും ആടിക്കൊണ്ടിരിക്കുന്നതും പിൻവശത്തു സ്ഥാപിച്ച ദിവ്യചക്ഷുസ്സോടുകൂടിയതും ആയ സവിശേഷവ്യക്തിത്വമാണ് സമഗ്രസത്യദർശനത്തിനു വൈലോപ്പിള്ളിയെ സമർത്ഥനാക്കിത്തീർക്കുന്നത്.

സ്വന്തം കാവ്യഭാവനയെ വർണ്ണിക്കുവാൻ കവികൾ, രാപ്പാടിയുടേയും കാറ്റിന്റേയും ഓടക്കുഴലിന്റേയും കുയിലിന്റേയും മേഘത്തിന്റേയും സിംബലുകൾ ഉദാരമായി സ്വീകരിച്ചുകണ്ടിട്ടുണ്ട്. 'വിനീത'നായ വൈലോപ്പിള്ളിയാകട്ടെ തന്നിൽ കണ്ടെത്തിയതു കുയിലിനെയല്ല, കുട്ടിത്തേവാങ്കിനേയാണ്. അസാമാന്യനായ ഈ കവിയുടെ ക്രൂരമായ സത്യസന്ധത മാത്രമല്ല, അത്ഭുതകരമായ വാസനാവൈഭവവും ഞാൻ ഈ സാദൃശ്യത്തിൽ കാണുന്നു. തലകീഴായിക്കിടക്കുകയും തലകീഴായി നടക്കുകയും ലോകത്തിന്റെ നേരെ പിൻപുറം തിരിഞ്ഞിരിക്കുകയും ചെയ്യുന്ന ഈ എതിർപ്പുകാരൻ, ലോകത്തോടു കവിക്കുള്ള ഏനൽപ്രതിഷേധം (ഫ്രോയ്ഡ്) സമർത്ഥമായും പൂർണ്ണമായും ആവിഷ്കരിക്കുന്നു. മറിച്ച്, ജി.ശങ്കരക്കുറുപ്പ് എന്ന സൂര്യകാന്തിപ്പൂവ്, ദൂരെയാണെങ്കിലും തന്റെ സൂര്യനുനേരെത്തന്നെയാണ് നോക്കിനിൽക്കുന്നത്.

"ആരു നീയനുജത്തീ
നിർന്നിമേഷമായെന്തെൻ
തേരുപോകവേ നേരേ
നോക്കിനിൽക്കുന്നു ദൂരേ."
"ഞാനൊരു കുട്ടിത്തേവാ-
ങ്കെന്റെ മേൽപ്പതിക്കൊല്ലേ

ഭാനുമൽക്കരങ്ങളും
നിങ്ങടെ നോട്ടങ്ങളും"[16] *(കുട്ടിത്തേവാങ്ക്)*

---

16 The sensitiveness of the person with an anal character to external encroachments of every kind on the actual or supposed field of

തന്റെ സ്വപ്നം തന്റെ ഉള്ളിൽ താൻ സൂക്ഷിച്ചിട്ടുള്ളതാണെന്ന് തേവാങ്കിനറിയാം. നിന്ദാസ്തുതികൾ അവനെ ഉലയ്ക്കുകില്ല. ഇരുളാണ് വെളിച്ചമെന്നും ഉറക്കമാണ് സ്വപ്നമെന്നും അവൻ ഉറപ്പിച്ചിരിക്കുന്നു.

"നിങ്ങൾ തൻ പ്രബുദ്ധാനു-
ഭൂതികളേക്കാൾ നിദ്ര-
യിങ്കൽ ഞാൻ കാണും കാവ്യ
സ്വപ്നങ്ങളത്യർഘങ്ങൾ"

വിനീതമായ ഈ ധിക്കാരംതന്നെയാണ് ഉദാത്തഭാഷയിൽ, 'ഓണപ്പാട്ടുകാ'രിലും ഉള്ളത്.

"അവകൾ കിനാവുകളെന്നാം ശാസ്ത്രം
കളവുകളെന്നാം ലോകചരിത്രം
ഇവയിലുമേറെ യഥാർത്ഥം ഞങ്ങടെ
ഹൃദയനിമന്ത്രിത സുന്ദരതത്വം."

ഏകാകിയായി, നിദ്രാലുവായി, വെളിച്ചത്തിന്റെ മറുപുറം കാണുന്നവനായി, അക്ഷോഭ്യനും അതേസമയം ശുണ്ഠിക്കാരനുമായി തപസ്സിരിക്കുന്ന തേവാങ്ക് ജീവിലോകത്തിലെ ഒരു ഏനൽ ഹീറോതന്നെയാകുന്നു. ഇവൻ തന്നെയാണ് സ്ഥവിരനും, കർക്കശനും മാനിയും ആയ 'കുടിയൊഴിക്ക'ലിലെ നായകൻ. ഈ സ്ഥിരതയും പശ്ചിമദൃഷ്ടിയും അയാൾക്ക് ചരിത്രത്തിന്റെ അപൂർവ്വദർശനം നൽകുന്നു. ജീവിതത്തെ കാണുവാൻ അയാൾ തിരഞ്ഞെടുക്കുന്ന മർമ്മബിന്ദു മരണംതന്നെയാണ്.

ഏകാകി

വൈലോപ്പിള്ളിക്കവിതയുടെ സ്ഥാവരധിക്കാരത്തെ, വിളംബരം ചെയ്യുന്ന മറ്റൊരു പ്രതീകമാണ് 'വിമർശന'ത്തിലെ തെങ്ങ്.

"ഏതൊരു വിമർശനത്തിങ്കലും വാടാതെ ഞാ-
[illegible]"

ഈ പ്രതീകം ഒരാകസ്മികത്വമല്ല എന്നു മറ്റു കവിതകളിലെ പ്രസ്താവനകൾ തെളിയിക്കുന്നുണ്ട്.

"ഒരൊറ്റത്തെങ്ങു കണ്ടിടത്തിലൊക്കെയും
സ്മരിച്ചു ഞങ്ങളിപ്പിറന്ന നാടിനെ" (ആസ്സാം പണിക്കാർ)
"തുംഗമീയഭിമാനത്തിങ്കലുമധോമുഖൻ
തെങ്ങുകളുടെ നാട്ടിൽ പിറന്ന നിർഭാഗ്യൻ ഞാൻ"

(ഒരു കൊടി)

---

power is well known. Abraham.

മേലെ ശാഖകളോ താഴെ അടിക്കന്നുകളോ ഇല്ലാത്തതും ഒറ്റത്തടിയായി വളരുന്നതും ആയ ഈ വൃക്ഷം തന്നിൽത്തന്നെ അഭിരമിക്കുന്ന, തലയെടുപ്പുള്ള ഏകാകിയെ ഉദാഹരിക്കുന്നു. പടർച്ചില്ലകളില്ലെങ്കിലും തലപ്പൊക്കം തനിക്കുതന്നെയാണ്. ഈ തലപ്പൊക്കവും ഏകാകിതയും ആണ് സഹ്യന്റെ മകനുള്ള സവിശേഷതയും.

വിക്രമോർവ്വശീയത്തിലെ ഉന്മത്തഗജത്തെ അനുസ്മരിപ്പിക്കുന്നതും വൈലോപ്പിള്ളിക്കവിതയുടെ നെറ്റിപ്പട്ടമെന്നു വിശേഷിപ്പിക്കാവുന്നതുമായ 'സഹ്യന്റെ മകൻ', സഹ്യന്റെ മറ്റൊരു മകനായ വൈലോപ്പിള്ളിതന്നെയാണെന്ന് മുമ്പ് പ്രസ്താവിച്ചിട്ടുണ്ട്. അമ്പലമുറ്റത്ത്, പുരുഷാരത്തിന്റെ മുമ്പിൽ എഴുന്നള്ളിച്ച നിർത്തിയിരിക്കുന്ന ഇവൻ കാലപ്രവാഹത്തിൽ ചവിട്ടിയരക്കപ്പെടുന്ന 'പ്രോബെസീഡിയാ' വംശത്തിൽ ഇന്നവശേഷിച്ചിട്ടുള്ള, ക്ഷമാമൂർത്തിയായ ഏകമൃഗമാകുന്നു. ഏറെക്കാലം സ്വന്തംകാലിൽ ഇളകാതെ നിൽക്കാൻ കഴിയുന്നു എന്നുള്ളതാണ് ഈ മൃഗത്തിന്റെ അത്ഭുതകരമായ ഒരു സ്വഭാവവിശേഷം. വളയ്ക്കാൻ കഴിയാത്തതും നീങ്ങാൻ വിഷമമായതുമായ പ്രകൃതിയാണ്, 'കുടിയൊഴിക്ക'ലിലെ നായകന്റെയെന്നപോലെ ഇതിന്റെയും പതനകാരണം. നിന്നിടത്തുനിന്നു വലുതാവുന്ന മഹത്വം ഇതിന്റെ ശക്തിയും ഭാരവുമാകുന്നു. മറ്റൊരു യുഗത്തിന്റേതായ ഈ മഹത്വവും ദൃഢമന്ദചലനവും ധീരനിത്യപ്രതിഷേധവും അനാദിസ്മൃതിസൗരഭവും മറ്റെവിടെനിന്നു കിട്ടും എന്നെനിക്കറിയില്ല.

1970

മാമ്പഴം

വൈലോപ്പിള്ളിയുടെ 'മാമ്പഴം' അദ്ദേഹത്തിന്റെ മഹത്തായ കൃതിയല്ലെന്നുവന്നാൽത്തന്നെയും, ഏറ്റവും പ്രസിദ്ധമായ, ആസ്വാദിതമായ, ഏറ്റവും അഭിനന്ദിതമായ കൃതിയാകുന്നു. കഴിഞ്ഞ നാലു പതിറ്റാണ്ടുകൾക്കിടയിൽ ഉണ്ടായ ലഘുകാവ്യങ്ങളിൽ ഒരുപക്ഷേ, ചങ്ങമ്പുഴയുടെ 'വാഴക്കുല'ക്കു മാത്രം ഇത്രയും പ്രസിദ്ധിയുണ്ടായിട്ടുണ്ട്. മലയാളകവിതയുടെ നവോത്ഥാനപ്രതീകമെന്ന് ഇതിനെ ശ്രീ. എസ്സ്. ആർ. രംഗനാഥൻ വാഴ്ത്തുകയും ശ്രീ മാരാർ കൊണ്ടാടുകയും ചെയ്തു. കേരളക്കര എമ്പാടും ഇടറിയ തൊണ്ടയോടെ അമ്മമാർ ഈ പാട്ടുപാടി, അധീരവുമാക്കിത്തീർത്തു. നിരൂപകന്മാർ അറിയാത്തത്ര അഗാധങ്ങളായ മാനസതലങ്ങളിൽ 'മാമ്പഴ'ത്തിന്റെ രസം ആഴ്ന്നാഴ്ന്നിറങ്ങി.

ഇത്രയെല്ലാം നടന്നത് യുവസാഹിത്യകാരന്മാരുടെ പാളയത്തിൽ ജീവത്സാഹിത്യത്തിന്റെ കൊടി പാറിനിൽക്കുമ്പോഴായിരുന്നു; സാഹിത്യവും ജീവിതവും തമ്മിലുണ്ടായിരിക്കേണ്ട ബന്ധത്തെക്കുറിച്ചും കലകളുടെ ഉദ്ദേശ്യത്തെക്കുറിച്ചും കലപിലയായ ചർച്ചകൾ നടന്നുകൊണ്ടിരിക്കുന്ന കാലത്തായിരുന്നു.

'മാമ്പഴം' ഒരനുരാഗഗീതിയല്ല; അതിൽ സാമൂഹ്യമായ സജീവപ്രശ്നങ്ങളില്ല; ഗംഭീരമെന്നു വിശേഷിപ്പിക്കാവുന്ന വിഷയമോ അനുപമമെന്നു വിളിക്കാവുന്ന ആവിഷ്കരണരീതിയോ ഇല്ല. വൃത്തത്തിൽ, ശില്പത്തിൽ, കല്പനകളിൽ, കഥാവസ്തുവിൽ ഒന്നിലും കണ്ണഞ്ചിപ്പിക്കുന്ന പുതുമയുടെ ധാരാളിത്തങ്ങളില്ല. എന്നിട്ടും നാല്പത്തെട്ടുവരിക്കവിതയോളം ഹൃദയാവർജ്ജകമായി മറ്റൊരു നാല്പത്തെട്ടുവരി പിൽക്കാലത്ത് മലയാളത്തിൽ എഴുതപ്പെട്ടിട്ടുമില്ല.

എന്തായിരിക്കാം ഈ ഹൃദയാവർജ്ജതയ്ക്ക് കാരണം? മാരാരിങ്ങനെ പറയുന്നു: "കവികൾ വാക്കുകൊണ്ടേല്പിക്കുന്ന അനുഭൂതിക്ക് ഒരിക്കലും മറക്കരുതാത്ത ദാർഢ്യം കിട്ടുന്നത് അവയുടെ കാലാത്മകതകൊണ്ടാണ്...മറ്റൊന്നല്ലാ പ്രസ്തുത കൃതിയിലെ വരികൾക്കുള്ള മേന്മയും."

എന്നിട്ടദ്ദേഹം 'തന്മകന്നമൃതേകാൻ' എന്നു തുടങ്ങായ എട്ടുവരിക്കവിത ഉദ്ധരിക്കുന്നു. 'കാലാത്മകത' എന്ന മാരാരുടെ പദത്തിൽ 'മഹത്തായ സത്യ'മടങ്ങിയിരിക്കാമെങ്കിലും, അതെന്തെങ്കിലുമൊരാശയം സുസ്പഷ്ടമായി വിവരിക്കുന്നില്ല. സാഹിത്യ നിരൂപണമാണത്.

മറ്റുചില വാക്യങ്ങളിൽ ഈ കാര്യത്തിന്റേതെന്നു താൻ കരുതുന്ന സാമൂഹ്യപ്രയോജനം മാരാർ സൂചിപ്പിക്കുകകൂടി ചെയ്യുന്നുണ്ട്.

"തന്റെ ഓമനമകൻ വെറും കൗതുകവശാൽ ഒരപരാധം ചെയ്തതിൽ താൻ അപ്രിയം പറഞ്ഞതിനെച്ചൊല്ലി ഒരമ്മയ്ക്ക് ആജീവനാന്തം വ്യസനിക്കാനിടയായതാണല്ലോ അതിലെ പ്രമേയം. കുട്ടികളുടെ ഈ വക നിരപരാധങ്ങളായ അപരാധങ്ങളുടെ നേർക്ക് അച്ഛനമ്മമാർ ക്രൂരമായി പെരുമാറുന്നത് സാധാരണയാണ്... ഒരു നിമിഷനേരത്തേയ്ക്ക് ഈ ബോധം അമ്മയുടെ മനസ്സിൽ ഉദിച്ചു എന്നിരിക്കട്ടെ, ആ തീരാത്ത പശ്ചാത്താപം അവരുടെ കത്തിപ്പടരുന്ന കോപാഗ്നിയിൽ വെള്ളംതളിച്ചേക്കും... ആ അമ്മ രണ്ടാമതൊരുണ്ണിയോട് ആ വിധം പരുഷത പറയാൻ പുറപ്പെട്ടാൽത്തന്നെ, വാക്യം മുഴുമിക്കാതെ ഉണ്ണിയെ എടുത്ത് ലാളിക്കുകയേ ചെയ്യൂ."

മാമ്പഴത്തിലെ ഉണ്ണി ചെയ്ത തെറ്റ് തെറ്റല്ലെന്നാണോ ഇതിനർത്ഥം? 'മാങ്കനി വീഴുന്നേരമോടിച്ചെന്നെടുക്കേണ്ടോൻ പൂങ്കുല തല്ലുന്നത്' ആശാസ്യമായ ഒരു ജീവിതസിദ്ധാന്തമാണെന്നാണോ മാരാരുദ്ദേശിക്കുന്നത്? കുട്ടികളെ ഒരിക്കലും നിയന്ത്രിച്ചുകൂടെന്നും ജീവിതത്തിന്റെ മാമ്പൂക്കുല അവരൊടിച്ചു നിലത്തടിച്ചുകൊള്ളട്ടെ എന്നുമായിരിക്കുമോ കവി ഉപദേശിക്കുന്നത്? കുഞ്ഞുങ്ങൾക്കനുകൂലമായ പുതിയ ബാലവിജ്ഞാനീയം പോലും ഈ അഭിപ്രായം ആദരിക്കുന്നില്ല.

മറിച്ച് മാമ്പഴത്തിനു പകരം മാമ്പൂവൊടിച്ചു കളിക്കുവാനുള്ള ഉണ്ണിയുടെ അഭിലാഷം യുക്തിവിരുദ്ധവും ജീവിതവിരുദ്ധവുമാകുന്നു. അത്യന്തബാലിശമാണത്. ഈ ബാലിശതയേയും അബുദ്ധതയേയും അതിജീവിക്കുകയത്രേ സംസ്ക്കാരത്തിന്റെ ലക്ഷ്യവും ആത്മാവും.

എങ്കിലും, ഒരു തെറ്റും ചെയ്യാത്ത അമ്മയെ കവിയും കൂട്ടുകാരും കൂടി കുറ്റക്കാരിയാക്കുന്നു. കുറുമ്പനായ കുട്ടിയെ രക്തസാക്ഷിയാക്കി

ആരാധിക്കുകയും ചെയ്യുന്നു. ജനങ്ങളെല്ലാം ഗദ്ഗദത്തോടെ പാടുന്ന കാവ്യത്തിന്റെ വിഷയം ഇതത്രേ.

അതുകൊണ്ടുതന്നെ കാവ്യത്തിലെ ഇതിവൃത്തത്തിനു സാമൂഹ്യമായും സദാചാരപരമായും അർത്ഥഗർഭമായ പ്രയോജനമൊന്നും ഇല്ലെന്നും ഇതിന്റെ അത്ഭുതാവഹമായ പ്രചാരത്തിനു കാരണം (അതുല്യമായ ആ ശില്പചാതുരിയെ ആദരിച്ചുകൊണ്ടുതന്നെ) മനഃശാസ്ത്രപരമാണെന്നും ഈ ലേഖകൻ കരുതുന്നു.

II

മുറ്റത്തു കടിഞ്ഞൂൽ പൂത്തുനിൽക്കുന്ന തൈമാവിന്റെ പൂങ്കുലയൊടിച്ചു കളിക്കുന്ന കുട്ടിയെ, വാത്സല്യനിധിയെങ്കിലും കോപാവിഷ്ടയായ മാതാവു ശാസിക്കവേ, പിണങ്ങിപ്പോയ അവൻ മാമ്പഴക്കാലമാവുന്നതിന്നു മുമ്പു മൺമറയുന്നതും പശ്ചാത്താപഭരിതയായ അമ്മ മുറ്റത്തുവീണ ആദ്യത്തെ മാമ്പഴമെടുത്തു അവൻ കിടക്കുന്ന മണ്ണിൽ നൈവേദ്യമായർപ്പിക്കുന്നതുമാണല്ലോ ഈ ലഘുകാവ്യത്തിലെ കഥ.

ഒറ്റനോട്ടത്തിൽ അമ്മയാണിതിലെ മുഖ്യകഥാപാത്രം. എങ്കിലും സൂക്ഷിച്ചാൽ ആ അമ്മയുടെ ഹൃദയത്തെ മഥിച്ചാനന്ദിക്കുന്ന, മരിച്ചാലും മരിക്കാത്ത ബാലനാണ് കവിതയിലാകെ നിറഞ്ഞുനിൽക്കുന്ന ശക്തി എന്നു കാണാൻ കഴിയും. അവൻ ദൈവജ്ഞൻ മാത്രമല്ല, ദൈവം തന്നെയാകുന്നു. അവനെ അവസ്ഥാവസ്ഥമായി അശാസ്ത്രീയമായി കവി പുകഴ്ത്തുന്നതിങ്ങനെയാണ്.

"വാക്കുകൾ കൂട്ടിച്ചൊല്ലാൻ
വയ്യാത്ത കിടാങ്ങളേ,
ദീർഘദർശനം ചെയ്യും
ദൈവജ്ഞരല്ലോ നിങ്ങൾ"

ഈ കിടാവിനെ നിങ്ങൾ റൂസ്സോവിന്റേയും വേഡ്സ്വർത്തന്റേയും തോളത്തു കണ്ടിട്ടുണ്ടാകും. അവൻ ഭൂമിയുടേയും സത്യത്തിന്റേയും കിടാവല്ല, സ്വർഗ്ഗത്തിന്റേയും മിഥ്യയുടേയും സന്തതിയാകുന്നു.

ഈ നൂലാമാലകൾക്കിടയിൽനിന്നു 'മാമ്പഴ'ത്തിന്റെ ജനസമ്മതിക്കു കാരണം കണ്ടെത്തണമെങ്കിൽ, നാം മറ്റൊരു കാഴ്ചപ്പാടിൽനിന്ന് അതിനെ നോക്കിക്കാണേണ്ടിയിരിക്കുന്നു.

'മാമ്പഴം' ഒരമ്മയേയും ഉണ്ണിയേയും വിഷയമാക്കി കവി എഴുതുന്ന വാക്യങ്ങളല്ല, അമ്മയെക്കുറിച്ചുള്ള ഉണ്ണിയുടെ ചിന്തയാണ്; അതൊരാദർശത്തിന്റെ വ്യാഖ്യാനമല്ല, അഭിലാഷത്തിന്റെ പൂരണമാകുന്നു (Wish fulfillment). തന്റെ ആഗ്രഹത്തിനു വിപരീതമായി നിൽക്കുന്ന അമ്മ, തന്റെ മരണത്താൽ പശ്ചാത്താപതപ്തയായി മുമ്പിൽ എന്ന് അവൻ സങ്കല്പിക്കുന്നു. മുട്ടുകുത്തുന്നു. ഈ സങ്കല്പമാണ് അവന്റെ നിർവൃതി; ഈ സങ്കല്പമാണ് അവന്റെ വിജയവും. ഈ ബാലഭാവനയുടെ രൂപവൽക്കരണമായി 'മാമ്പഴ'ത്തെ വീക്ഷിക്കേണ്ടിയിരിക്കുന്നു.

ആത്മഹത്യ ചെയ്തു കാര്യം നേടുന്ന രീതി മുതിർന്നവർക്ക് പുത്തനായി തോന്നാം. പക്ഷേ, ഒരു കുഞ്ഞിന്നതിൽ പുതുമയൊന്നുമില്ല. അവനു മരണം വെറുമൊരു യാത്രയാണ്, അനിശ്ചിതമായ ഒരു യാത്ര. അവന്റെ ആവനാഴിയിലെ സർവ്വപ്രധാനമായ ആയുധമാകുന്നു അത്. നമ്മുടെ കവി മരണത്തെക്കുറിച്ചുള്ള ഈ സങ്കല്പം മധുരമായി ആവിഷ്കരിച്ചിരിക്കുന്നു:

"മാങ്കനിവീഴാൻ കാത്തു-
നിൽക്കാതെ മാതാവിന്റെ
പൂങ്കയിൽ ക്ഷുട്ടംവിട്ടു
പരലോകത്തെപ്പൂകി
വാനവർക്കാരോമലായ്,
പാരിനെക്കുറിച്ചുദാ-
സീനനായ്, ക്രീഡാരസ-
ലീനനായവൻ വാഴ്കെ..."

മരണം സ്വർഗ്ഗത്തിലേക്കുള്ള യാത്ര മാത്രമാണ്. അമ്മയെക്കാൾ നല്ല അമ്മയും അച്ഛനേക്കാൾ നല്ല അച്ഛനും അവിടെയുണ്ട്. അല്ലെങ്കിലിതാ മറ്റൊരു ഭാവന:

"പിണങ്ങിപ്പോയീടിലും
പിന്നെ ഞാൻ വിളിക്കുമ്പോൾ
കുണുങ്ങിക്കുണുങ്ങി നീ
ഉണ്ണുവാൻ വരാറില്ലേ?
വരിക കണ്ണാൽ കാണാൻ
വയ്യാത്തോരെൻ കണ്ണനേ,
തരസാ നുകർന്നാലും
തായതൻ നൈവേദ്യം നീ!"

ഈ പിണങ്ങിപ്പോയ മകനും ഒളിച്ചുകളിക്കുന്ന ഉണ്ണിക്കൃഷ്ണനും മരിച്ചുകിടക്കുന്ന ഉണ്ണിയും കുട്ടികളെ സംബന്ധിച്ചിടത്തോളം ഒന്നുതന്നെയാണ്. അവൻ അപ്രത്യക്ഷനാകുന്നു. സനാതനനായ ഈ ബാലൻതന്നെയാണ് പണ്ടൊരിക്കൽ, കഠോപനിഷത്തിൽ അച്ഛനെവിട്ട് യമന്റെ

അരികിൽപോയി തിരിച്ചുവന്നത്. ('മരണം കനിഞ്ഞോതി' എന്ന മറ്റൊരു കവിതയിലും വൈലോപ്പിള്ളി മരണത്തെ ഒരു ദീർഘയാത്രയായി ഉൽപ്രേക്ഷിച്ചിരിക്കുന്നു.)

മരണംകൊണ്ടു തൻകാര്യം നേടുന്ന ഈ ബാലൻ വാസ്തവത്തിൽ നേടുന്നതുതന്നെ എന്താണ്? വാശികൊണ്ടും സാഹസംകൊണ്ടും അവൻ അമ്മയെ ജയിച്ചു എന്നു പറയാം. അതു സാമാന്യഭാഷ. അവനാവശ്യപ്പെട്ടതും പക്ഷേ, നിഷേധിക്കപ്പെട്ടതും പൂങ്കുലയും, കിട്ടിയത് മാമ്പഴവുമായിരുന്നു. ഈ നേട്ടത്തിന്റെ അബുദ്ധമായ അർത്ഥം ആരായുകയാകുന്നു ഈ ലേഖനത്തിന്റെ ഉദ്ദേശ്യം.

ഒരമ്മയും മകനുമായുള്ള ബന്ധമാണ് 'മാമ്പഴ'ത്തിന്റെ വിഷയമെന്നു നാം കണ്ടു. ഈ ബന്ധത്തെക്കുറിച്ച്, തന്റെ ഭീതികളേയും ഉൽക്കണ്ഠകളെയും അഭിലാഷങ്ങളെയും കുറിച്ചുള്ള ഒരു ശൈശവസങ്കല്പവുമാണത്. ഇതൊരു കുഞ്ഞിന്റെ കവിതയാണ്, ഒരമ്മയുടേതല്ല.

പ്രസവസമയത്താണല്ലോ ആദ്യമായി ശിശുവിനു അമ്മയിൽനിന്നു വ്യതിരിക്തവും സ്വന്തവുമായ ജീവിതമാരംഭിക്കുന്നത്. അന്നോളമവൻ അമ്മയുടെ ഒരു ഭാഗമാണ്; അമ്മ തന്നെയാണ്. ജനനസമയം മുതൽ മുലകുടിക്കുമ്പോൾ മാത്രമേ അവന് അമ്മയുമായി ബന്ധമുള്ളൂ. അവന്റെ ഭക്ഷണവും ജീവിതവും അവിടെയാണ്. മുല നഷ്ടപ്പെടുകയും നിഷേധിക്കപ്പെടുകയും ചെയ്യുന്ന ചിന്ത ഒരു ശിശുവിന്റെ സർവ്വപ്രധാനമായ ഉൽക്കണ്ഠയായിത്തീരുന്നു. അതൊരു 'ജീവന്മരണപ്രശ്ന'മത്രെ! മുലകുടി മാറുന്ന കാലത്ത് നമ്മുടെ നാട്ടിലാണെങ്കിൽ രണ്ടാമത്തേയോ മൂന്നാമത്തേയോ വയസ്സിൽ ഈ ഉൽക്കണ്ഠ പുതിയ രൂപങ്ങൾ കൈക്കൊള്ളുന്നു. കുഞ്ഞ് അമ്മയോട് കൂടുതൽക്കൂടുതൽ ഒട്ടിച്ചേരുകയും വിട്ടുവിക്കാൻ ശ്രമിക്കേ കുതറുകയും ചെയ്യുന്നു. തന്നിൽനിന്നു ബലാൽ മറച്ചുവെയ്ക്കപ്പെടുന്ന, തേടിച്ചെല്ലുമ്പോൾ ശകാരപ്രഹരങ്ങൾക്കൊണ്ടു മറുപടി കൊടുക്കുന്ന വസ്തു അവനെ അപരിചിതവും കഠിനവുമായ വേദനകൾക്ക് ഊണാക്കുന്നു. പിണങ്ങിയും തായയേയും തന്നെയും പീഡിപ്പിച്ചും ആത്മഹത്യചൂണ്ടി ഭീഷണിപ്പെടുത്തുകയും നഷ്ടഭീതിയിൽ നിന്ന് അവൻ രക്ഷപ്പെടാൻ ശ്രമിക്കുന്നു. വാസ്തവത്തിൽ ജയിച്ചാലും തോറ്റാലും ഭാവനയിൽ അവൻ എന്നും ജയിക്കുകയേയുള്ളൂ.

ഇങ്ങനെ ഭാവനയിൽ ജയിച്ച ബാലനത്രേ 'മാമ്പഴ'ത്തിലെ നായകൻ!

കുട്ടികളുടേയും കവികളുടേയും കാടന്മാരുടേയും സ്വപ്നാടകന്മാരുടേയും കിറുക്കന്മാരുടേയും ഭാഷ പ്രതീകാത്മകമാണ് എന്ന് തെരുവിലെ മനുഷ്യനുമറിയും. സമാനധർമ്മങ്ങളായ പരിചിതവസ്തുക്കളെ തെറ്റിദ്ധരിക്കുകയും മാറ്റിപ്പറയുകയും ഇവരുടെ സ്വഭാവമാകുന്നു. മാങ്കുലയും മാമ്പഴവും സ്വപ്നപുരാണകാവ്യമണ്ഡലങ്ങളിൽ വിപുലമായി പ്രത്യക്ഷപ്പെടുന്ന സ്തനപ്രതീകങ്ങളാണ്. 'മാമ്പഴ'ത്തിന്റെ അർത്ഥം ഈ കോടിയിൽനിന്നു നോക്കുമ്പോൾ അധികമധികം സ്പഷ്ടമായിത്തീരുന്നു.

വൈലോപ്പിള്ളിയുടെതന്നെ ഇതരകൃതികളിൽ പഴം മുലയുടെ ചിഹ്നമായി ഉപയോഗിച്ചുകാണുന്നുണ്ട്. 'ആസ്സാം പണിക്കാരിൽ' മക്കളെ പട്ടിണിക്കിട്ടുകൊല്ലുന്ന കേരളമാതാവാണിത്:

'അതിഥികൾക്കെല്ലാമമരലോകമി-
ക്കിതവി ഞങ്ങൾക്കു നരകദേശവും
മദിപ്പിക്കും, കനിക്കിനാവുകൾ കാട്ടി-
ക്കൊതിപ്പിക്കും പക്ഷേ, കൊടുക്കുകില്ലവൾ'

ഇവിടെ കനിക്കിനാവുകാട്ടിക്കൊതിപ്പിച്ചു കൊടുക്കാതിരിക്കുന്ന കേരളമാതാവ്, കൈയിലുള്ള കനി, മുല, കൊടുക്കാത്ത അമ്മതന്നെയാണ്. പാകമാകാത്ത കനിക്കുവേണ്ടി (പൂങ്കുല) ഓടിച്ചെന്ന ബാലനെ ശാസിച്ച അതേ അമ്മ! നഖക്ഷതങ്ങളേറ്റ മുലകളേയും മുൾക്കോറലേറ്റ വില്വഫലങ്ങളേയും സമാനമായിക്കണ്ട ശ്രീഹർഷനും മുലകളെ ആധുനികരീതിയിൽ ശീമച്ചക്കയോടുപമിച്ചു കൃതാർത്ഥനായ ഉള്ളൂർ മഹാകവിയും, 'രാധയുടെ കൃതാത്ഥത'യിൽ നായകനെക്കൊണ്ട് സാകൂതസ്മിതനായി രാധയുടെ മാറത്തുനോക്കി നാരങ്ങ മർദ്ദിച്ച വള്ളത്തോളും ഇതേ സാദൃശ്യം കണ്ടവരാണ്. പൂങ്കുലയെക്കുറിച്ചാണെങ്കിൽ ഇതാ കാളിദാസൻതന്നെ:

"നൽപൂങ്കുലക്കൊങ്കകളുന്നിമേന്മേൽ
ചേലോടുചേർത്തും നവപല്ലവോഷ്ഠം
ശാഖാഭുജം വീശി ലതാവധുക്കൾ
പുണർന്നുപോൽ വൃക്ഷമണാളരേയും"

പൂങ്കുലയും മാമ്പഴവും ഒരേ വസ്തുവിന്റെ, മുലയുടെ, സിംബലാണെന്നു സൂചിപ്പിക്കുകയത്രേ ഇവിടെ ഉദ്ദേശിക്കുന്നത്. കവിതയിലും ലോകത്തിലും ഇത് രണ്ടാണെങ്കിലും അബോധമനസ്സിൽ ഒന്നുതന്നെയാണ്. 'ഏകം സദ് വിപ്രാഃ ബഹുധാ വദന്തി.'

പൗരാണിക കഥകളിൽ, പഴത്തിനു മുലയുടെ സിംബോളിക് അർത്ഥം നൽകിയിട്ടുള്ള അനേകം സന്ദർഭങ്ങളിൽ ഒന്നാണ് 'ഉല്പത്തി'

കഥയിലെ 'വീഴ്ച' ('ഉല്പത്തി'- 3,6). ചെകുത്താന്റെ പ്രേരണയാൽ ഹവ്വ വിലക്കപ്പെട്ട പഴം പറിച്ചെടുത്ത് ആദാമിനെ തീറ്റിയതായി അതിൽ വിവരിച്ചിരിക്കുന്നു. ഈ പഴത്തിന്റെ സിംബോളിക് സ്വഭാവം സൈക്കോ അനലിസ്റ്റുകൾ (ഫ്രാൻസ് അലക്സാണ്ടറും മറ്റും) പണ്ടേ ചൂണ്ടിക്കാട്ടിയിട്ടുണ്ട്. മനുഷ്യന് ലജ്ജയും വിവേകവും അന്ന് ആദ്യമായി ഉണ്ടായി.

'സുന്ദരകാണ്ഡം' അറുപത്തേഴാം സർഗ്ഗത്തിൽ ഹനുമാൻ രാമനെ സീതയുടെ അടയാളവാക്യമറിയിക്കുന്നതിങ്ങനെയാണ്:

"മുമ്പെണീറ്റാൾ സുഖം നീയൊ-
ന്നിച്ചുറങ്ങിയ ജാനകി
കാക്കയൊന്നഞ്ജസാകേറി-
ക്കൊത്തീ കൊങ്കത്തടത്തിലായ്
ഉറങ്ങി ഊഴമിട്ടങ്ങും
ദേവ്യങ്കേ ഭാരതാഗ്രജ!
നൊമ്പൽപ്പെട്ടുത്തിപ്പോന്നാൽ പോൽ
വീണ്ടുമപ്പക്ഷി ദേവിയെ
വീണ്ടും വീണ്ടും പറന്നെത്തി-
പ്പാരം മാന്തിപ്പൊളിച്ചുപോൽ
ഉണർന്നുപോയ് ഭവാൻ മെയ്യി-
ലവൾതൻ ചോര കാൺകയാൽ."

കാകരൂപത്തിൽ വന്ന ഇന്ദ്രപുത്രന് സീതയുടെ കൊങ്കത്തടം കണ്ട് എന്തൊരു ഭ്രാന്തിയാണുണ്ടായിരിക്കുകയെന്നു വ്യക്തമാണല്ലോ. കാക്ക കണ്ടു പഴമാണെന്നു തെറ്റിദ്ധരിച്ച സീതയുടെ മുലകൾ രാമന്റെ കണ്ണുകൾക്ക് എത്രമാത്രം ആകർഷകമായിരുന്നിരിക്കണം! ജയന്തകഥ വിസ്തൃതമായ ഒരു ഭ്രാന്തിമദലങ്കാരമാകുന്നു.

മനശ്ശാസ്ത്രജ്ഞന്മാർ വിശകലനം ചെയ്തവയും ഇവിടെ വിവരിക്കേണ്ടതില്ലാത്തവയുമായ അനേകമനേകം സ്വപ്നങ്ങളിൽ ഏതാണ്ടു സാർവത്രികമായിത്തന്നെ ഇരുണ്ട പഴങ്ങൾ (ആപ്പിളും മറ്റും) സ്തനപ്രതീകങ്ങളാകുന്നു. ഇവിടെ എഴുതാൻ വയ്യാത്ത ഗ്രാമ്യശൈലികളിലും അശ്ലീലപ്രയോഗങ്ങളിലും ഇതുപോലെതന്നെ പഴം മുലയുടെ ചിഹ്നമായി പ്രയോഗിക്കുക പതിവുണ്ടെന്ന്, ആരും പറയുകയില്ലെങ്കിലും, എല്ലാവർക്കും അറിയാം.

ഭാഷാശാസ്ത്രപരമായി, മലയാളത്തിലെ 'അമ്മിഞ്ഞ' എന്ന പദത്തിന് അമ്മയുടെ കായ എന്നല്ലേ അർത്ഥമെന്ന് ഊഹിക്കേണ്ടിയിരിക്കുന്നു.

കുട്ടികൾക്ക് തേങ്ങ 'തേഞ്ഞ'യും മാങ്ങ 'മാഞ്ഞ'യുമാണല്ലോ.

നമ്മുടെ അഭ്യൂഹത്തെ സഹായിക്കുന്നതിനായി കവിതയിൽ ആഭ്യന്തരമായി ഇത്രയും തെളിവുകളുണ്ട്:

1. മാമ്പഴം എന്ന പദത്തിന് ശബ്ദസാരൂപ്യംകൊണ്ട് അമ്മയുടെ പഴം എന്ന അർത്ഥം ധ്വനിക്കുന്നു. (മാ എന്ന ശബ്ദമാണ് ലോകഭാഷകളിലധികവും അമ്മയെക്കുറിക്കുന്നത്).
2. അങ്കണത്തൈമാവ്, ആദ്യത്തെ പഴം, ബാലമാകന്ദം എന്നിവ സൂചിപ്പിക്കുന്ന കടിഞ്ഞൂൽപ്രസവകാര്യം.
3. 'ഉണ്ണികൾ' എന്ന ശബ്ദത്തിലെ ശ്ലേഷത്തിൽനിന്നും മാവും മാതാവും തമ്മിൽ ഉറന്നുവരുന്ന സാദൃശ്യം.
4. സൗഗന്ധികസ്വർണ്ണം, പൊൻപഴം എന്നീ പദങ്ങളാൽ സൂചിതമാകുന്ന മുലയുടെ വർണ്ണവും മുലപ്പാലിന്റെ വർണ്ണവും.
5. 'തന്മകന്നമൃതേകാൻ താഴോട്ടു നിപതിച്ച പൊൻപഴം മുറ്റത്താർക്കും വേണ്ടാതെ കിടക്കവേ' എന്ന വരികൾ അമ്മയുടെ മാറിടത്തിൽ അനാഥമായി, ശൂന്യമായി കിടക്കുന്ന മുലകളെയാണോർമ്മിപ്പിക്കുന്നത്.

   "ഉണ്ണിക്കൈക്കെടുക്കുവാ-
   നുണ്ണിവായ്ക്കുണ്ണാൻവേണ്ടി
   വന്നതാണീ മാമ്പഴം
   വാസ്തവമറിയാതെ
   നീരസം ഭാവിച്ചു നീ
   പോയിതെങ്കിലും കുഞ്ഞേ,
   നീയിതു നുകർന്നാലേ-
   യമ്മയ്ക്കു സുഖമാവൂ!"

എന്നിങ്ങനെ, പിന്നീട് ഈ ആശയം ഏറ്റവും സ്പഷ്ടമായിത്തീരുന്നു. ഉണ്ണിവായ്ക്കുണ്ണാൻവേണ്ടി വരുന്ന ഒരേയൊരു പഴം അമ്മയുടെ തടിയിൽ കായ്ക്കുന്നതാണല്ലോ.

മാമ്പഴത്തിന്റെ കഥ നടന്നതല്ലെന്നും അതൊരു മുലകുടിമാറലിന്റെ പദ്യചരിത്രമാണെന്നും ഇപ്പറയുന്നതിന്നർത്ഥമില്ല. അതിലെ കഥയും കവിതയും നമ്മുടെ വിശകലനത്തിനു ശേഷവും അതേപടിയിരിക്കും. 'മാമ്പഴം' നമ്മുടെ ഹൃദയവുമായി സംവദിക്കുന്നതെവിടെയാണെന്നാണ് നാം അന്വേഷിച്ചത്. നമ്മുടെ അബോധതലത്തിലെ

ഏതജ്ഞാതാംശങ്ങളോടാണ് അതു കുശലപ്രശ്നം ചെയ്യുന്നത് എന്ന്, അമ്മയുടെ മാറിടത്തിന്റെ ഇളംചൂടിൽനിന്നും സുരക്ഷിതത്വത്തിൽനിന്നും വിട്ടുപോരാൻ കൂട്ടാക്കാത്ത-- മീശ മുളച്ചാലും മനസ്സിന്നു മുലകുടി മാറാത്ത --നമ്മെ രഹസ്യമായി സമാശ്വസിപ്പിക്കുന്ന ഈ കാവ്യത്തിൽ പ്രാഥമിക നാർസിസവും (ആത്മരതി) മാതൃരതിയും (ഈഡിപ്പസ് കോംപ്ലക്സ്) സമ്മേളിക്കുന്നു.

1957

ആശാൻ

കുമാരനാശാന്റെ കവിതയേയും ജീവിതത്തെയും കുറിച്ചുള്ള ഈ ലഘുചിന്തകൾ സാമാന്യമായ അർത്ഥത്തിൽ സാഹിത്യനിരൂപണമല്ല; തീർച്ചയായും ഇതൊരു മൂല്യനിർണ്ണയവുമല്ല. ശാസ്ത്രത്തിന്റെ റിഡക്ടീവ് മാർഗ്ഗമവലംബിച്ചുകൊണ്ട് കുമാരകവിയുടെയും കവിതയുടെയും മൗലികമായ പാറ്റേൺ കണ്ടുപിടിക്കുവാനുള്ള ഒരന്വേഷണമായേ ഇതിനേ കണക്കാക്കേണ്ടതുള്ളൂ. അതുകൊണ്ട് മണ്ഡനഖണ്ഡനങ്ങളിൽനിന്നും മതഭേദങ്ങളിൽനിന്നും കഴിയുന്നത്ര ഒഴിഞ്ഞുനിൽക്കുവാൻ ഞാൻ ആഗ്രഹിക്കുന്നു.

എങ്കിലും ഈ ആഗ്രഹം നിറവേറ്റുന്നതിനു ഗണ്യമായ തടസ്സങ്ങളുണ്ട്. ആശാൻ വ്യക്തിതലത്തിൽനിന്നു പ്രതിരൂപതലത്തിലേയ്ക്കുയർന്നു കഴിഞ്ഞ ഒരു കവിയാകുന്നു. ആശാന്റെ ഇന്നത്തെ മൂല്യം സിംബോളിക് മൂല്യമായി കഴിഞ്ഞിട്ടുണ്ട് എന്നാണിതിനർത്ഥം. പ്രതിരൂപങ്ങളെക്കുറിച്ചുള്ള പരാമർശങ്ങൾ വ്യക്തികളിൽ തീവ്രമായ പ്രതികരണങ്ങൾ ഉളവാക്കുകയും ചെയ്യും.

മഹാകവി നമുക്കു നഷ്ടപ്പെട്ടുവെങ്കിലും, അദ്ദേഹത്തിന്റെ ഉറ്റവരും ഉടയവരും നമുക്കു ചുറ്റുമുണ്ട്. ജീവചരിത്രപരമായ കർക്കശചർച്ചകൾക്ക് അതുകൊണ്ട് കൃത്യമായ പരിമിതികളുണ്ട്. ആശാന്റെ അതിബാല്യത്തിലെ മനശ്ശാസ്ത്രപ്രസക്തങ്ങളായ സംഭവങ്ങളും ഭാവബന്ധങ്ങളും ഒരു ജീവചരിത്രകാരനും സംഭരിക്കുവാൻ കഴിഞ്ഞിട്ടില്ല; ശ്രമിച്ചിട്ടുമില്ല എന്നുതോന്നുന്നു. ഈ വിടവു ഭാവിയിൽ നികന്നുകിട്ടുമെന്നു കരുതുവാൻ യാതൊരു ന്യായവും കാണുന്നില്ല. ക്രിസ്തുവിന്റെ ബാല്യം പോലെ ആശാന്റെ ബാല്യവും ഇനിയും ഇരുണ്ടുകിടക്കുവാനാണ് വഴിയുള്ളത്.

ഇതിനെല്ലാം പുറമെയാണ് മാനസികമായ അതിക്രമണങ്ങളുടെ നേർക്ക് ഭാരതീയർക്കെന്നുമുള്ള വിപ്രതിപത്തി.

അതുകൊണ്ട് ആശാന്റെ കാവ്യാത്മക വ്യക്തിത്വത്തെക്കുറിച്ചുള്ള ഈ പഠനത്തിൽ പ്രസിദ്ധങ്ങളായ ജീവിതസന്ദർഭങ്ങളും കാവ്യസന്ദർഭങ്ങളും മാത്രമേ ഞാൻ ഉപയോഗപ്പെടുത്തിയിട്ടുള്ളൂ.

ലീലയിലെ ജ്വലിക്കുന്ന ഒരു രംഗമാണ് ആശാന്റെ ചില സവിശേഷ കാവ്യരീതികളിലേയ്ക്ക് എന്റെ മനസ്സിനെ ആദ്യം ആകർഷിച്ചുകൊണ്ടുപോയത്. മൂന്നാം സർഗ്ഗത്തിന്റെ ആരംഭത്തിൽ കുസുമവനങ്ങളിൽ ഉദാസീനയായി കാമുകനെ തേടിപ്പോകുന്ന ലീലയുടെ ആത്മാവിനെ കവർന്നുണർത്തുന്നത് ചമ്പകഗന്ധമുള്ള, കുളിർത്ത ഇളംകാറ്റാകുന്നു. പ്രകൃതിയിലും കഥാസന്ദർഭത്തിലും ലീലയുടെ ഹൃദയത്തിലും ആശാന്റെ കാവ്യശില്പത്തിലും ഇവിടെ ചടുലസ്പഷ്ടമായ പരിവർത്തനമുണ്ട്.

"സുഖദമയി! വരുന്നതെങ്ങുനിന്നോ
സഖി,യിത,ചെമ്പകഗന്ധമെന്തു ചിത്രം!
മുഖരസമിതു മാറ്റി മിന്നുകല്ലീ?
നിഖില വനാവലി നിദ്രവിട്ടപോലെ."

സുപ്തവനത്തെയും ലീലയുടെ സുപ്തസ്മൃതികളെയും മന്ത്രശക്തിയാലെന്നപോലെ ഭേദിക്കുന്ന, വർത്തമാനത്തെ ഭൂതഭാവികളുടെ ഐശ്വര്യമാക്കി മാറ്റുന്ന ഈ അത്ഭുതം ഹിതകരമായ ഹേമപുഷ്പഗന്ധമല്ലാതെ മറ്റൊന്നുമല്ല.

"ഭിദുര,മഹഹ! പൂർവ്വവിസ്മൃതിക്കീ
മൃദുതരവായു തരംഗരംഗലോലം
ഹൃതഹൃദയ,മതാ വരുന്നു തോഴീ
ഹിതകരമീവഴി ഹേമപുഷ്പഗന്ധം."

ഓർമ്മയുടെ വാതിലുകൾ തള്ളിത്തുറക്കുകയും കാവ്യത്തിന്റെ മ്ലാനദീർഘമായ മുഖരസത്തെ ഹർഷഫുല്ലമാക്കുകയും ചെയ്യുന്ന ഈ സുരഭിവായു കുമാരനാശാന്റെ നിത്യസുഹൃത്താകുന്നു.

ഗന്ധത്തിന്റെ തീക്ഷ്ണമായ രതിരോഷങ്ങൾ നിബന്ധിക്കുന്ന ഈ ഭാവഘടന 'ആനൽ ഈറോട്ടിക്' സ്വഭാവത്തിന്റെ സവിശേഷതയാണ് എന്നു മനഃശാസ്ത്രത്തിൽ പ്രാഥമികജ്ഞാനമുള്ളവർക്കുപോലും ഊഹിക്കാൻ കഴിയുന്നതാണ്. ഈ ഉപന്യാസത്തിൽ ശ്രമിക്കുന്നത് ആശാന്റെ കവിതയിലെ മറ്റു 'ആനൽ' സ്വഭാവഘടകങ്ങളുടെ മുദ്രകളെയും സമാഹരിച്ച് സമന്വയിപ്പിക്കുവാനാകുന്നു.

മനുഷ്യസ്വഭാവം അബോധമാനസചോദനകളാൽ നിർണ്ണയിക്കപ്പെടുന്നു എന്ന ഫ്രോയിഡിയൻ സിദ്ധാന്തം പ്രസിദ്ധമായിക്കഴിഞ്ഞിട്ടുണ്ട്. ജീവിതത്തിലെ ആദ്യാനുഭവങ്ങൾ, ശൈശവാനുഭൂതികൾ

സ്വഭാവഘടനയെ എന്നെന്നേക്കുമായി രൂപപ്പെടുത്തുമെന്നതാണ്, അത്രതന്നെ പ്രസിദ്ധമല്ലാത്ത ഫ്രോയ്ഡിയൻ ആശയം. ജനനമാകുന്ന ഞെട്ടലിൽനിന്നു തന്നെ ഈ പാറ്റേൺ ആരംഭിക്കുന്നു. പിറന്നു വീണ കുഞ്ഞിനു ലോകത്തെ അറിയുവാനും ഉൾക്കൊള്ളുവാനും ഉള്ള ആദ്യമാർഗ്ഗം തുറന്ന വായതന്നെ. മു ലക്കണ്ണു ചപ്പുമ്പോൾ കണ്ണനെപ്പോലെ പ്രപഞ്ചത്തെ അവൻ ആഹരിക്കാൻ ശ്രമിക്കുകയാണ്. ഇതും അവന്റെ സുഖദുഃഖങ്ങളുടെ, മോഹഭംഗങ്ങളുടെ ആദ്യത്തെ അടുക്കുകൾ നിർമ്മിച്ചുകൊടുക്കുന്ന കയ്പും മധുരവുമുള്ള ജീവിതാനുഭവങ്ങളെ വേർതിരിച്ചെടുക്കുന്നു.

ആഭ്യന്തരസുഖത്തിന്റെ, ആത്മരതിയുടെ, ഈ ആദ്യസ്രോതസ്സിൽ നിന്നു രതിയുടെ മറ്റൊരു വളർച്ച വിസർജ്ജനപ്രക്രിയയിൽ നിന്നാരംഭിക്കുന്നു. ശരീരത്തിന്റെ ആദ്യത്തെ കവാടമായ വായപോലെ വിസർജ്ജനേന്ദ്രിയവും സുഖദുഃഖങ്ങളിലേയ്ക്കുള്ള, സ്വർഗ്ഗനരകങ്ങളിലേയ്ക്കുള്ള പ്രവേശനമാർഗമാണ്. ഈ കവാടത്തെ വലയം ചെയ്യുന്ന ശ്ലേഷ്മചർമ്മം ആണ് ഈ ഗൂഢ സൂക്ഷ്മാനുഭൂതിക്ക്കാരണമെന്ന് ഫ്രോയിഡ് വിശദമാക്കിയിട്ടുണ്ട്. വിസർജ്ജനം(വേഗം) സാധിക്കുകയും രോധിക്കുകയും ചെയ്യുക എന്നത് ശൈശവമായ ഇച്ഛാശക്തിയുടെ ആദ്യപ്രകടനമാണ്.

"നമുക്കുനാമേ പണിവതു നാകം
നരകവുമതുപോലെ."

തന്റെ അമ്മയോ ആയയോ കല്പിക്കുമ്പോലെയല്ലാതെ വേഗം നിരോധിച്ചു കൊണ്ടുനിൽക്കുക ശിശുവിന് ഒരു ആഭ്യന്തരസുഖം മാത്രമല്ല, ഇച്ഛാശക്തിയും അഭിമാനബോധവും പ്രകടമാക്കുവാനുള്ള മികച്ച സന്ദർഭം കൂടിയാണ്. ധാരണയുടേയും നിരാസത്തിന്റെയും ഒരു ഭാവകർമ്മതാളം അവൻ ഇങ്ങനെ ഉണ്ടാക്കിയെടുക്കുന്നു. ഇച്ഛാധീനമായിത്തീരുന്ന വേഗം അതിനുവേണ്ടി ചെലവാക്കുന്ന ഇച്ഛാശക്തിയുടെ ഭാരത്താൽ കൂടുതൽ വിലയുറ്റതായിത്തീരും. അതെത്ര വലിയ ഒരായുധമാണ് എന്നത് കുഞ്ഞിനും ബുദ്ധിയുള്ള അച്ഛനമ്മമാർക്കും അറിയാം. വേലയാണ് സാമ്പത്തികശാസ്ത്രത്തിൽ മൂല്യമായിത്തീരുന്നത്. മനസ്സിന്റെ വ്യയശാസ്ത്രത്തിൽ ഇച്ഛാഭാരമാണ് വസ്തുവിന്റെ മൂല്യം.

തന്റെ വിസർജ്ജനത്തിന്റെ മന്ദോഷ്ണമായ ആർദ്രസ്പർശം അതിനോടുള്ള ചടുലമായ ഗന്ധമോക്ഷം ശിശുവിന് 'നിർവൃതികര'മായ ഒരനുഭവമാണ്. 'ആനൽ'ഘട്ടത്തിൽ ഉറഞ്ഞുപോകുന്ന സ്വഭാവങ്ങളിൽ ഗന്ധം, ഇങ്ങനെ മുഖ്യതാല്പര്യമായി, രതിയായി രൂപാന്തരപ്പെടും.

"മണമിതെവിടെ,യുതുവിപ്പ, വങ്ങെ-
ന്നവിതഥ ജീവിത ദൈവതം വസിപ്പ"

മരണം തന്നെയാകുന്ന മണവാളനും.

ലീല ആ സുഗന്ധത്തിൽ കൂടി ഓടിയടുക്കുന്നത് മുമ്പു താൻ മറന്നുവെച്ച അമൂല്യമായ നിധിയെ, ഭൂതകാലത്തെ, അന്വേഷിച്ചായിരുന്നു.

"കരുതിയ മുതൽ തേടുവാൻ വനത്തിൽ
പിരചിതയാമുടമസ്ഥ പോണപോലെ''

എന്ന് ആശാൻ തന്നെ ഇക്കാര്യം സൂചിപ്പിച്ചിട്ടുണ്ട്. കയ്യിലുള്ള മുതൽ ഒളിച്ചുവെച്ച് അനുരാഗദരിദ്രമായ ജീവിതം നയിച്ചവളായിരുന്നു ആശാൻ ലീല. ചെലവാക്കാതെ എണ്ണിക്കൊണ്ടിരിക്കുന്ന പിശുക്കന്റെ പണംപോലെ പ്രണയം അവൾ കരളിൽ സൂക്ഷിച്ചതേയുള്ളൂ.

"പിണയുമിനി വിപത്തശക്തയീ പ്രണയിനി'' എന്ന ഘട്ടമെത്തുമ്പോൾ മാത്രമേ കവി അവളെ തന്റെ പ്രണയലുബ്ധതയിൽ നിന്ന് മോചിപ്പിക്കുന്നുള്ളൂ.

ദുർഗ്ഗമമായ വിന്ധ്യവനങ്ങളിൽ അലഞ്ഞുതിരിയുന്ന ലീലാമാധവിമാർക്കു കാറ്റുപോലെ കിറുക്കനായി തെണ്ടുന്ന മദനനെ എങ്ങനെ കണ്ടെത്താൻ കഴിഞ്ഞു.

"അവനെത്തിരവോർ തിരഞ്ഞുപോം
പവനൻ തന്നെ വനാന്തരങ്ങളിൽ''

എന്ന ആരംഭത്തിലുള്ള താക്കീത് വാസ്തവത്തിൽ ഒരു 'ആനൽ' മാർഗ്ഗസൂചനയായിരുന്നു എന്നു പിന്നീടു തെളിയുന്നുണ്ട്. ചമ്പകപ്പൂവിന്റെ രാഗഗന്ധമുള്ള പവനനാണ് ലീലയെ മദനസന്നിധിയിലെത്തിച്ചത്.

ചമ്പകമാകട്ടെ, മണം മാത്രമല്ല നിറവും കൂടിയാകുന്നു. അത് സുഗന്ധമുള്ള സ്വർഗ്ഗം തന്നെ.

"അനഘനവന ഹേമമഞ്ജരീ, ഹാ
മനതളിരിൽ പ്രിയരിങ്ങു രണ്ടുപേർ താൻ,
[illegible] പൂവിൽ നിന്നും
വനിതകളിൽ ബ്ബത ഭാഗ്യഹീന ഞാനും.''

എന്നു പ്രണയത്തിന്റെയും സ്വർണ്ണപുഷ്പത്തിന്റെയും ഐക്യം ലീല വിളംബരം ചെയ്യുന്നുണ്ട്.

ആശാൻ കാഴ്ചബംഗ്ലാവിൽ കണ്ടു വർണ്ണിച്ച കപോതപുഷ്പത്തെ കുറിച്ചോ, പ്രിയ ശിഷ്യർക്കു പോക്കറ്റിൽ നിന്നെടുത്തുകൊടുത്ത കരിഞ്ഞ പൂവിനെ കുറിച്ചോ എനിക്കിവിടെ ഒന്നും പറയുവാനില്ല.

ലീലയിലെ മൂന്നാം സർഗ്ഗത്തിൽ ആശാൻ പ്രത്യക്ഷമാക്കുന്ന ഗന്ധതാത്പര്യം കേവലം ആകസ്മികമല്ല. ആശാന്റെ കൂടെ പ്രണയത്തിന്റെ ദൂതനായി എന്നും സുഗന്ധം ഉണ്ടായിരുന്നു.

“പോകുന്നിതാ വിരവിൽ വണ്ടിവിടം വെടിഞ്ഞു
സാകൂതമാം പടി പറന്നു നഭസ്തടത്തിൽ
ശോകാന്ധനായ് കുസുമ ചേതന പോയമാർഗ്ഗ-
മേകാന്തഗന്ധമിതു പിൻതുടരുന്നതല്ലീ.”

എന്നിങ്ങനെ പൂവിന്റെ ഹൃദയകാമുകനായ വണ്ടും ആത്മസുഗന്ധം തേടി ആകാശ ഭൂമിയിൽ അലഞ്ഞുതിരിയുന്നുണ്ട്. കുസുമത്തിന്റെ ചേതന സുഗന്ധമാണെന്നവനറിയാം. വീണുപോയ അനുഭവത്തിന്റെ ദൃശ്യസ്പൃശ്യ ഭംഗിയുടെ, വീഴാത്ത ആത്മാവാണ് ഗന്ധം- അത് ഓർമ്മയിൽ അനശ്വരമാക്കപ്പെട്ട അനുഭവമാകുന്നു. ഈ സ്മൃതിയുടെ ചെപ്പു തന്നെയാണ് നളിനിയിലും ആശാൻ തുറന്നാസ്വദിക്കുന്നത്.

നളിനിയുടെ തുടക്കത്തിൽ നളിനീദിവാകരന്മാരുടെ താൽക്കാലിക ബാഹ്യശോഭ വർണ്ണിച്ചതിനുശേഷം അവരുടെ ഭൂതകാലത്തെ, കൗമാരസ്വരൂപങ്ങളെ, രണ്ടു സുഗന്ധങ്ങളുടെ സമാഗമം ആയാണല്ലോ ചിത്രീകരിച്ചിട്ടുള്ളത്.

“വന്യഭൂമിയിൽ വഹിച്ച പൂമണം
ധന്യനായഹഹ വന്നണഞ്ഞു നീ
തെന്നലേ കുഴവുകിന്നു ശങ്കവേ-
ണ്ടെന്നെ, ഞാൻ മലിന മേനിയല്ലെടോ.”

ഭൂതകാലസ്മരണകൊണ്ട് പൂക്കുന്ന വസന്തവനത്തിലാണ് ആശാൻ തന്റെ നായികാനായകന്മാരെ അവതരിപ്പിക്കുന്നതെന്നു സഹൃദയർക്കറിയാം.

“പൂത്തിടും ഭൂരുഹങ്ങൾ നിറയുന്ന കാട്ടുകൾ”

എന്ന് അക്കാര്യം മുമ്പ് സൂചിതമായിട്ടുമുണ്ട്. ഈ പുഷ്പങ്ങളുടെ, പുഷ്പകാലസ്മൃതികളുടെ മണം പുരണ്ടു ധന്യനായ നായകനെയാണ്, തന്റെ നിർമ്മലമായ ഉടൽ തഴുകുവാൻ നളിനി ക്ഷണിക്കുന്നത്. ദിവാകരസന്നിധിയിലേയ്ക്ക് അവൾ മറ്റൊരു സുഗന്ധമായി സ്വയം എത്തിച്ചേരുകയും ചെയ്യുന്നു.

“സാവധാനമെതിരേറ്റ ചെല്ലുവാ-
നാ വികസ്വര സരസ്സയച്ചപോൽ
പാവനൻ സുരഭി വായു വന്നുക-
ണ്ടാ വഴിക്കു പദമൂന്നിനാനവൻ.”

നളിനീദിവാകരയോഗം രണ്ടു സുഗന്ധങ്ങളുടെ സംയോഗമാകുന്നു. കവിതയിൽക്കൂടി ആശാനും തേടി നടന്നിരുന്നത് ഈ വിദൂര സുഗന്ധമാണ് എന്ന് ഇന്നു വളരെ പ്രസിദ്ധി നേടി കഴിഞ്ഞിട്ടുള്ള ‘കാവ്യകല’യിൽ നിന്നറിയാം.

“കൊഞ്ചൽ തേന്മൊഴി, നിത്യകന്യകേ, നിൻ
മഞ്ചത്തിൽ മണമറികില്ല മൂർത്തിമാരും.”
(കാവ്യകല-8)

ഒരു ക്ഷണം കൊണ്ടും ഒരു കണം കൊണ്ടും ഭാവമണ്ഡലത്തിൽ പരന്ന ദുഃഖഭ്രയിഷ്ഠതയെ ആനന്ദപൂർണ്ണമാക്കിത്തീർക്കുവാൻ കഴിയുന്ന സുഗന്ധത്തിന്റെ ‘ആനൽ’ സിദ്ധിവിശേഷത്തെക്കുറിച്ച് ശിവസ്തോത്രമാലയുടെ മുഖവുരയിൽ ആശാൻ ഇങ്ങനെ പറയുന്നു:

“ദുഖഃഭ്രയിഷ്ഠമായ ഈ ജീവലോകത്തിൽ അപ്രകാരമുള്ള ആനന്ദബാഷ്പത്തിന്റെ ഒരു കണം തന്നെ എത്ര ദുർല്ലഭവും അത്തർ, പനിനീർ മുതലായ സുഖോപചാരദ്രവ്യങ്ങളേക്കാൾ എത്ര വിലയേറിയതും ആയിരിക്കണം.”

നമ്മുടെ പ്രശസ്തനായ മറ്റൊരു ‘ആനൽ’ കവി ഇക്കാര്യം തന്നെ പദ്യത്തിൽ പറഞ്ഞിട്ടുണ്ട്-മരണത്തെ ജയിച്ച മണത്തെ പറ്റി.

“എങ്കിലുമെട്ടത്തേൻ ഞാൻ ശ്രദ്ധമെൻ കന്നിക്കാതൽ
പെൺകൊടിയാൾതൻ കൊച്ചു മധുര സ്മൃതി മാത്രം
വെറ്റിലത്തരിപോലെ ഞാനതു നുണയവേ
ചുറ്റിലും മഞ്ഞത്തൊരു മാമ്പൂവിൻമണം ചിന്നി.”
(മരണം കനിഞ്ഞോതി)

* * *

ആനൽ സ്വഭാവങ്ങളെ കുറിച്ചുള്ള ആദ്യ പ്രബന്ധത്തിൽ (Character and anal erotism 1908)ചിട്ട, നിർബ്ബന്ധബുദ്ധി, മിതവ്യയം, എന്നീ മൂന്നു സവിശേഷതകളാണ് ഫ്രോയ്ഡ് എടുത്തു പറഞ്ഞിരുന്നത്. തനിക്ക് നഷ്ടപ്പെടുന്നതും മലിനവുമായ വസ്തുവിനോടുള്ള പ്രതിക്രിയാ പരിണാമമാണിത്. (reaction formation)

ആശാന്റെ ജീവിതത്തിലും കവിതയിലുമുള്ള അടുക്കം ചിട്ടയും പ്രസിദ്ധമായിക്കഴിഞ്ഞിട്ടുണ്ട്. ബാല്യം മുതൽക്കുള്ളതാണ് ആശാന്റെ ചിട്ട. തുണ്ടത്തിൽ പെരുമാളാശാന്റെ കീഴിൽ പഠിച്ചുകൊണ്ടിരിക്കുമ്പോൾ “കുമാരൻ ഒരിക്കൽ പോലും തന്റെ ഗൃഹപാഠത്തിനു വീഴ്ച വരുത്തുകയാവട്ടെ, ശിക്ഷയനുഭവിക്കുകയാകട്ടേ ചെയ്തിട്ടില്ല,” എന്നു ജീവചരിത്രകാരൻ രേഖപ്പെടുത്തിയിട്ടുണ്ട്. കൽക്കത്തയിലായിരുന്നപ്പോൾ പ്രതിദിനം ഇരുപതു മണിക്കൂർ പുസ്തകം വായിച്ചുതന്നെ അദ്ദേഹം കഴിച്ചുകൂട്ടിയിരുന്നു. ആശാന്റെ കവിതകൾ കഠിനവും ദീർഘവുമായ അധ്വാനത്തിന്റെ ഫലമാണെന്നു പ്രചരിച്ചിരുന്ന ബോധം സി.വി. സ്മാരകം പെട്ടെന്നെഴുതിക്കിട്ടിയപ്പോഴാണ് തനിക്ക് നീങ്ങിക്കിട്ടിയതെന്ന് ഇ.വി. പറയുന്നുണ്ട്.

ആശാന്റെ ചരിത്രത്തിൽ നിന്നു ബോധ്യമാകുന്നത് മഹാകവി കവിതകളെല്ലാം വളരെ ശ്രദ്ധാപൂർവ്വം പതുക്കെ എഴുതിയിരുന്നു എന്നാണ്. പ്രരോദന നിരൂപണത്തിന്റെ പ്രത്യാഖ്യാനത്തിൽ ആശാൻ തന്നെ ഇക്കാര്യം മറ്റൊരു തരത്തിൽ പ്രസ്താവിച്ചിട്ടുമുണ്ട്. ആശാന്റെ സ്വഭാവത്തിനു വിരുദ്ധമായി വളരെ കുറച്ചു ദിവസം കൊണ്ട് വളരെയധികം വരിയെഴുതിക്കൂട്ടി എന്നതാണ് ദുരവസ്ഥയെക്കുറിച്ചു പി.കെ. ബാലകൃഷ്ണനുന്നയിച്ചിട്ടുള്ള ഒരാക്ഷേപം.

(പാണ്ഡിത്യ)പ്രകടനാത്മകതയോളമെത്തുന്ന ശ്രദ്ധാലുത ആനൽ സ്വഭാവത്തിന്റെ ഒരു സവിശേഷതയായി അബ്രഹാമും മറ്റും ചൂണ്ടിക്കാണിച്ചിട്ടുണ്ട്. പ്രരോദനത്തിനെങ്കിലും ഈ പരാതി നിരന്തരം സഹിക്കേണ്ടിവന്നുവെന്നു നമുക്കറിയാം. വിഷാദഭാവത്തെ കവിഞ്ഞുനില്ക്കുന്ന ആ വിലാപകാവ്യത്തിലെ തത്ത്വചിന്താപ്രസ്താവത്തെക്കുറിച്ച്. നളിനിയിൽ ദിവാകരൻ, ലീലയിൽ മാധവി, ചണ്ഡാലഭിക്ഷുകിയിൽ ശ്രീബുദ്ധൻ, ദുരവസ്ഥയിൽ കവി അനൗചിത്യത്തിലേയ്ക്കോ പ്രകടനാത്മകതയിലേയ്ക്കോ നീങ്ങുന്നുവെന്നു പല നിരൂപകന്മാരും പലപ്പോഴായി ചൂണ്ടി എടുത്തിട്ടുണ്ട്. ഞാൻ സംസാരിക്കുന്നത് കാവ്യൗചിത്യത്തെക്കുറിച്ചല്ല, സ്വഭാവഘടനയെക്കുറിച്ചു മാത്രമാണ്-ആനൽ സ്വഭാവത്തിന്റേതായ വിശദാംശതാത്പര്യം-വർണ്ണനയിൽ മതിവരായ്ക-*കരുണ*യുടെ ആരംഭത്തിലുള്ള വിസ്തൃതമായ കാലദേശചിത്രണത്തിലും ചെട്ടിയാരുടെയും ചുടുകാടിന്റെയും ചിത്രങ്ങളിലും കാണാൻ കഴിയും. ചണ്ഡാലഭിക്ഷുകിയുടെ പ്രാരംഭം ഇതിലും ദീർഘവിശദമാകുന്നു. നാലാംഭാഗത്തിൽ ഭിക്ഷുണീമന്ദിരത്തെയും ആശാൻ തന്റെ നീണ്ട തൂവലുകൊണ്ടുഴിഞ്ഞിട്ടുണ്ട്. സീതയുടെയോ വാസവദത്തയുടെയോ സാവിത്രിയുടെയോ രൂപഭാവങ്ങളെയും അസാമാന്യമായി വിസ്തരിച്ചിരിക്കുന്നു എന്നതിന് സംശയം ഒട്ടുമില്ല. ഈ അസാമാന്യതയെ കാവ്യാത്മകതയായി മാറ്റി എടുക്കുന്നതിലാണ് ആശാന്റെ കാവ്യമർമ്മബോധം കണ്ടെത്തേണ്ടത് എന്നെനിക്കു തോന്നുന്നു.

കവിത കേവല വേദനയല്ല, ലഹരിയായി, മൃദുരവമായി രൂപപരിണതി വന്ന പ്രാണവേദനയാകുന്നു. ഉഭയജീവിയായ(amphibian) കവിയുടെ ഭൂമിക്കടിയിലേയ്ക്കുള്ള തിരിച്ചുവരവ് എന്നാണ് ഫ്രോയ്ഡ് ഇതിനെ വിശേഷിപ്പിച്ചത്.

ദിനകൃത്യങ്ങളിലുള്ള നിശിത പരിശീലനം ഒരു ശിശുവിന്റെ ആത്മാഭിമാനത്തോട്-നാർസിസത്തോടും ഈഗോവിനോടും-ഉള്ള വെല്ലുവിളിയാണ്. തന്റെ കൃത്യങ്ങൾ മറ്റുള്ളവർക്ക് ആവശ്യമുള്ളപ്പോൾ ചെയ്യുക എന്നതാണ് ഈ പരിശീലനത്തിന്റെ അടിസ്ഥാനതത്വം.

മാതാപിതാക്കളോടുള്ള സ്നേഹവും, ആശ്രിതഭാവവും അവനെ അനു സരണശീലനാക്കാം. പക്ഷേ, തിരക്കിട്ട പരിശീലനം അവനെ എതിർ പ്പകാരനോ ശുണ്ഠിക്കാരനോ ആക്കിത്തീർക്കും. സ്വപ്രത്യയസ്ഥൈര്യം എന്നു നാം പുകഴ്ത്തുന്ന ഒരുതരം കടുംപിടുത്തം ഈ ഭാവബന്ധത്തിന്റെ ഫലമായി രൂപംകൊള്ളുന്നു. തന്റെ ആന്തരലോകത്തെ കർക്കശമായി നിയന്ത്രിക്കുകയും അതിൽ മറ്റാരും കൈകടത്താൻ അനുവദിക്കാതിരി ക്കയും ചെയ്യുന്ന, ആത്മപീഡാപരമായ ഭാവദാർഢ്യം കുമാരനാശാനു ണ്ടായിരുന്നു. തന്റെ ഗുരുവിനെ(പിതൃപ്രതീകത്തെ) പോലും ആശാൻ അനുസരിച്ചിരുന്നുവോ എന്നു സംശയമാണ്.

"എന്റെ ജീവിതം എന്റെ സ്വന്തമാണ്. മറ്റുള്ളവർക്ക് ഉപദ്രവകരമല്ലാ ത്ത രീതിയിൽ എന്റെ ഉത്തമതാത്പര്യങ്ങൾ പരിരക്ഷിക്കുവാനും എല്ലാ കഴിവുകളെയും വികസിപ്പിച്ച് ഒരു പൂർണ്ണജീവിതം നയിക്കുവാനുമുള്ള അവകാശം എനിക്കുണ്ട്." വിവാഹത്തെക്കുറിച്ച് ആശാൻ ഇങ്ങനെ അനുസ്മരിച്ചിട്ടുള്ളതായി സദാശിവൻ അനുസ്മരിച്ചിട്ടുണ്ട്. സ്വാമികളുടെ അടുത്ത ശിഷ്യത്വം, പ്രായം എന്നിവയെ ചൊല്ലിയാണ് എതിർപ്പുകളുണ്ടാ യത് എന്നോർക്കുമ്പോൾ, ആശാന്റെ ഈ മറുപടി അസാധാരണവും കർക്കശവുമായി തോന്നും. സ്വകാര്യജീവിതത്തിലെന്നപോലെ കാവ്യ ജീവിതത്തിലും ആശാന് ഇതേ കടുംപിടുത്തമുണ്ടായിരുന്നു എന്നത് തീർച്ചയാണ്. ദുരവസ്ഥയുടെ ചരിത്രത്തിൽ ഈ വസ്തുത സരളസ്പഷ്ടമായി കിടക്കുന്നു. ചില പുതിയ നിരൂപകർ കരുതുംപോലെ കവി വേണ്ടത്ര അവധാനതയില്ലാതെ എഴുതിയതാണത് എന്നു വിചാരിക്കുവാൻ ഒരു ന്യായവും കാണുന്നില്ല. മുസ്ലീം യുവജനസംഘത്തിനുള്ള ആ മറുപടിയിൽ നിന്നോ, സി.നാരായണപിള്ളയുമായി നടത്തിയ സംഭാഷണത്തിൽ നിന്നോ ആശാന്റെ ആന്തരം ഊഹിക്കാവുന്നതേയുള്ളൂ.

"വൃഥാ തെറ്റിദ്ധരിച്ചു ക്ഷോഭമുണ്ടാക്കരുത്," എന്നാണ് കവി സംഘ ക്കാരോടുപദേശിച്ചത്. തനിക്കല്ലാതെ [illegible] മനസ്സിലാകു കയില്ലെന്ന ബോധം ആനൽസ്വഭാവത്തിന്റേതാണ്. സാഡ്ഗർ ഈ സ്വഭാവഘടകം വിശദീകരിച്ചിട്ടുണ്ട്!1' ലോകത്തിൽ സാഹിത്യവിഷയക മായി നോക്കിയാൽ 'മുക്കാലും-മൂഢരാണല്ലോ' എന്ന് ആശാൻ പ്രരോ ദനപ്രത്യാഖ്യാനത്തിൽ തുറന്നടിച്ചതായിക്കാണാം. താനൊഴിച്ചെല്ലാവ രും ന്യൂനരാണെന്ന ബോധം മഹാകവിക്കുണ്ടായിരുന്നില്ലേ? തെളിവുകൾ കൊണ്ട് അതുതന്നെയാണ് അനുമാനിക്കേണ്ടത്. എന്തുകൊണ്ടെന്നാൽ ദുരവസ്ഥാപ്രശ്നത്തെക്കുറിച്ച്, കേരളകൗമുദിയിൽ സി.വി ഇങ്ങനെയാണ് എഴുതിയിരിക്കുന്നത്.

“ആശാനവർകളുടെ ഉദ്ദേശശുദ്ധിയിൽ ഞങ്ങൾക്കു ലേശംപോലും സംശയമില്ലെങ്കിലും, ഈ കൃതി ഉദ്ദേശിക്കുന്ന ദുരവസ്ഥയെ വെളിപ്പെടുത്തുന്നതിന് ഈവക പദപ്രയോഗങ്ങൾ ആവശ്യമാണെന്നു ഞാൻ വിചാരിക്കുന്നില്ല... ഇവ നീക്കിക്കളയുവാൻ ശ്രമിക്കുന്നതാണ് നല്ലതെന്ന് ഞങ്ങൾക്കു തോന്നുന്നു.'' (കേരളകൗമുദി) അഭിപ്രായം ഇരുമ്പുലക്കയാണെന്നു സി.വി കരുതിയിരുന്നില്ല. ആനൽ സ്വഭാവഘടനയിൽ അഭിപ്രായം ഇരുമ്പുലക്കയാണ് താനും. ചൂണ്ടൽ വിഴുങ്ങിയ മീനിനെ പിന്തുടർന്ന് പ്രാണഭയമില്ലാതെ നീന്തിനീന്തിപ്പോയ പഴയ കുമാരനു മറ്റൊരുതരത്തിൽ ചിന്തിക്കുവാനും കഴിയുമെന്നു തോന്നുന്നില്ല. താൻ നട്ടുവളർത്തിയ യോഗവൃക്ഷത്തിൽ നിന്നു പറന്നകന്നു പോകാൻ അചഞ്ചലമായ ഈ അഭിപ്രായദാർഢ്യം ആശാനെ പിന്നീട് കരുത്തനാക്കുകയും ചെയ്തു. പക്ഷേ, 'കുയിലി'ൽ ആശാൻ ഇങ്ങനെ പാടുകയും ചെയ്തു.

“സ്വാരാജ്യസീമകളെ നിർമ്മലരാഗവീചി-
ധാരാർദ്രമാക്കുമൊരു നിൻ കളലോലഗീതം
ദാരാഢ്യരായ വിഹതേന്ദ്രിയരാം സുരന്മാ-
രാരാൽ ശ്രവിച്ചു പുളകോദ്ഗമമാവഹിപ്പൂ.''

ദേവസമൂഹത്തെ-ഭാവിമനുഷ്യസമുദായത്തെ-തന്റെ കവിത കോൾമയിർ കൊള്ളിക്കുമെന്ന വിശ്വാസം ആശാന് അന്നും എന്നും ഉണ്ടായിരുന്നു. നളിനിയെക്കുറിച്ച് പാട്ടിയറ്റിൽ വന്ന മണ്ഡനനിരൂപണം എല്ലാവരും വായിച്ചിരിക്കേണ്ടതാണെന്നു താൻ തന്നെ വിവേകോദയത്തിലെഴുതിയതും ഈ ആത്മധൈര്യം കൊണ്ടുതന്നെ.

ആശാനിലായതുകൊണ്ട് നാം ക്ഷമിക്കുന്ന ഈ സ്വഭാവം അദ്ദേഹത്തിൽ എന്നും ഉണ്ടായിരുന്നുവെന്ന് ജീവചരിത്രവസ്തുതകളിൽ നിന്നും വ്യക്തമാകുന്നുണ്ട്. “എന്തുകൊണ്ട് എനിക്ക് ഒരു മഹാനായിക്കൂടാ,'' എന്ന് കൽക്കത്തയിൽ ഹസ്തരേഖാവിദഗ്ധനോട് കയർത്തതും പൊട്ടക്കവിയെന്നു എന്നെക്കുറിച്ച് പറഞ്ഞ നിങ്ങളെക്കൊണ്ട് തന്നെ ഒരിക്കൽ എന്നെ മഹാകവിയെന്ന് വിളിപ്പിച്ചേക്കാം എന്നു ഉള്ളൂരിന്റെ സുഹൃത്തിനോട് തിരിച്ചടിച്ചതും ആശാന്റെ അപ്രധൃഷ്യതയ്ക്കുദാഹരണമായി നാം മനസ്സിൽ കരുതിപ്പോകുന്നുണ്ട്. ദൗർബല്യങ്ങളെ ശക്തിയാക്കി മാറ്റാൻ പലപ്പോഴും കഴിഞ്ഞിരുന്നു എന്നതാണ് മഹാകവിയുടെ വലിയ ആഭ്യന്തരമഹത്വം. ഇതിനൊരു പാളിച്ച പറ്റിയാൽ എങ്ങനെയിരിക്കുമെന്നറിയണമെങ്കിൽ, കായിക്കര മിഡിൽസ്കൂളിലേയ്ക്കു കയറിച്ചെന്നു “ഹലോ മി.സി.വി'' എന്ന് ഇംഗ്ലീഷിൽ സംഭാഷണമാരംഭിച്ച, മറ്റൊരാശാന്റെ ചിത്രം നമ്മുടെ മനസ്സിലുണ്ടായിരിക്കണം.

"ആശാന്റെ ഇംഗ്ലീഷ് എന്റെ ഇംഗ്ലീഷിൽനിന്നു മേത്തരമല്ലെന്നു എനിക്കു ബോധ്യപ്പെട്ടതിനാൽ ഞാനും പിന്നെ ഇംഗ്ലീഷിൽതന്നെ മറുപടി പറഞ്ഞുതുടങ്ങി. സ്വല്പം കഴിഞ്ഞപ്പോൾ ആശാന്റെ സംഭാഷണം മലയാളത്തിലായി.''

ആശാന്റെ അതിരറ്റ ആത്മവിശ്വാസത്തെക്കുറിക്കുന്ന ഒരു ഉദാഹരണം കൂടി ചൂണ്ടിക്കാണിച്ചിട്ട് മറ്റു ചില സ്വഭാവവിശേഷങ്ങളിലേയ്ക്കു നമുക്കു പ്രവേശിക്കാവുന്നതാണ്. നമ്മുടെ നിരൂപകന്മാർ സാധാരണയായി ഉദ്ധരിക്കാറുള്ള വരികൾ ഞാനും ഇവിടെ എടുത്തുപറയാം.

"ഞാൻ വളരെ കവിതകൾ എഴുതാറില്ലെങ്കിലും എഴുതുന്നിടത്തോളം സൂക്ഷിച്ച് എഴുതാറാണ് പതിവ്. ഒരു ഉൽകൃഷ്ടകലയുടെ നിലയിൽ കവിതയുടെ സാങ്കേതികമായ ഗുണദോഷങ്ങളുടെ എല്ലാ അംഗങ്ങളേയും പറ്റി ഗാഢമായും നിർദ്ദയമായും ചിന്തിട്ട് ത്യാജ്യങ്ങളെ പാടുള്ളത്ര ത്യജിച്ചും ഗ്രാഹ്യങ്ങളെ കഴിയുന്നത്ര ഗ്രഹിച്ചും അല്ലാതെ ഞാൻ ഒരു മുക്തകം പോലും രചിക്കാറില്ലെന്നത് എനിക്കു നല്ല നിശ്ചയമുള്ള സംഗതിയാണ്.'' ഈ ശപഥത്തിലുള്ള ഒരേ ഒരു ന്യൂനത അത് കവിക്കു മാത്രം നിശ്ചയമുള്ള സംഗതിയായാൽ പോരാ എന്നതാണ്. മറ്റുള്ളവർ തന്റെ കവിതയിൽ തലയിടുന്നത് തീരെ സഹിക്കാത്തവരാണ് ആനൽ സ്വഭാവമുള്ളവർ. അന്യവിമർശനത്തെ ഒഴിവാക്കുവാൻ അവർ ആത്മവിമർശനം നടത്തുന്നു. കണ്ണുകൊണ്ട് കണ്ണുകാണാൻ കഴിയുകയില്ല എന്നവർ മനസ്സിലാക്കുന്നുമില്ല.

'The sensitiveness of the person with an anal character to external encroachments of every kind on the actual or supposed field of his power is well-known -Psycho- analysis must evoke the most violent resistance in such persons.' -Abraham

സ്നേഹഗായകമായ ആശാനെക്കുറിച്ച്, അനുദാരമായ ചില കാര്യങ്ങൾ കൂടി പറഞ്ഞുവയ്ക്കേണ്ടതുണ്ട്. തന്റെ കാവ്യനിർവഹണത്തിനുവേണ്ടി ആശാനവർകൾ ഇരട്ടക്കൊലപാതകം നടത്തി എന്ന വള്ളത്തോളിന്റെ ആക്ഷേപം പലരെയും രസിപ്പിക്കുകയും ചൊടിപ്പിക്കുകയും ചെയ്തിട്ടുണ്ടെന്നു നമുക്കറിയാം. ലീലയിൽ മാത്രമുള്ള ഒരു സവിശേഷതയല്ല ഇത്. നളിനിയിലെ ദിവാകരൻ സ്നേഹസാരം തേടിയലയുന്ന സ്നേഹശൂന്യനാകുന്നു.

"സ്നേഹമാണഖിലസാരമൂഴിയിൽ
സ്നേഹസാരമിഹ സത്യമേകമാം

മോഹനം ഭുവനസംഗമിങ്ങതിൽ
സ്നേഹമൂലമമലേ വെടിഞ്ഞു ഞാൻ.”

എന്നിങ്ങനെ യോഗസംയതമായ, സ്തബ്ധമായ മനസ്സാണ് ദിവാകരന്റേത്. നളിനി പ്രാണത്യാഗം ചെയ്യുന്നതുവരെ അയാൾ അവളുടെ ആന്തരമഹത്വം അറിയുന്നതേയില്ല. അവളോ-താൻ സ്നേഹിക്കുന്ന പുരുഷനെത്തേടി തന്നെ സ്നേഹിക്കുന്ന മാതാപിതാക്കളുടെ ആത്മഹത്യയക്ക് കളമൊരുക്കുകയും ചെയ്തു.

“അച്ഛനും ജനനിതാനുമാർത്തിയാ-
ലിച്ഛയാർന്ന മൃതിതാൻ വരിച്ചപോൽ.”

വീണപൂവ്, നളിനി, ലീല, കരുണ എന്നീ കൃതികളിൽ വിഷാദഭാവത്തിന്റെ മൂടിക്കെട്ടിയ അന്തരീക്ഷമാണുള്ളത്. ജീവിതത്തിന്റെ വിഷാദാംശത്തെ കാണുവാൻ ആശാന് നൈസർഗ്ഗികമായ കഴിവുണ്ടായിരുന്നു എന്നുതോന്നും. തണുത്ത മരണത്തെ തണുത്തതായിത്തന്നെയാണ ദ്ദേഹം ചിത്രീകരിച്ചുപോന്നിട്ടുള്ളത്.

“അവളുടെ ശയനീയശായിയാ-
മവനൊരുഷസ്സിലുണർന്നിടാതെയായ്....
ജനക ജനനിമാരെയോർത്തു
കാൽക്ഷണമിടരാർന്നിതു കുട്ടിപോലവൾ.”

അച്ഛനമ്മമാരുടെ മൃത്യുദുഃഖത്തിന് കാൽക്ഷണം നൽകിയ ലീല വമ്പിച്ച സ്വത്തുപേക്ഷിച്ച് വനാന്തരങ്ങളിൽ കാമുകനെ തേടിപ്പോയി എന്നാണാശാൻ പറഞ്ഞിട്ടുള്ളത്.

“അവികലമഥ തന്നധീനമാ-
യവധി വെടിഞ്ഞ പിതൃസ്വമെങ്കിലും,”
എന്നും,
“പ്രതിഹതികളകന്നഭീഷ്ടനാം
പതിയുടെ വേഴ്ചയിലാശ തേടവേ,”

എന്നും പരാമർശിക്കുന്ന പ്രതിഹതികൾ അച്ഛൻ, അമ്മ, ഭർത്താവ് എന്നിവരാണെന്നോർക്കേണ്ടിയിരിക്കുന്നു. തന്റെ ലക്ഷ്യത്തിനു വേണ്ടി എത്രയെങ്കിലും ക്രൂരവും വികാരശൂന്യവും ആകാൻ കഴിയുന്ന മനസ്സാണ് ആശാന്റെ കഥാപാത്രങ്ങൾക്കുള്ളത്. ഇത് കവിയുടെ മനസ്സിന്റെ ഛായയായിരുന്നുവോ? ശ്രീനാരായണഗുരുവിന്റെ കൂടെ വീട്ടിൽ നിന്നിറങ്ങിപ്പോയ കുമാരൻ സ്വേച്ഛയാ വീട്ടിൽ മടങ്ങിച്ചെല്ലുകയോ മാതാപിതാക്കളെ ആശ്വസിപ്പിക്കുകയോ ചെയ്തതായി ജീവചരിത്രങ്ങളിലില്ല. തന്നെത്തേടി അരുവിപ്പുറത്തെത്തിയ ജ്യേഷ്ഠനെ കുമാരു കണ്ടതായി നടിച്ചില്ല.

“ആഗതർ സ്വന്തം ജ്യേഷ്ഠനും അമ്മാമനും ആണെന്നറിഞ്ഞിട്ടും കുമാരു അറിയാത്തഭാവത്തിൽ അവിടെത്തന്നെ സ്വസ്ഥനായി ഇരുന്നതേയുള്ളൂ.” ഗുരുവിന്റെ നിർബ്ബന്ധംകൊണ്ട് ഓണത്തിനു വീട്ടിലെത്തിയ കുമാരു “രണ്ടുമൂന്നു പ്രാവശ്യം അച്ഛൻ വിളിച്ചിട്ടും മകൻ വിളികേട്ടതല്ലാതെ വീടിനുള്ളിൽ കയറിയിട്ടില്ല.” വിദൂരസുഖങ്ങൾക്കുവേണ്ടി താൽക്കാലിക ദുഃഖം, വിദൂരസ്നേഹങ്ങൾക്കു വേണ്ടി താൽക്കാലിക ക്രൗര്യം, വിദൂരമായ അതിവ്യയത്തിനുവേണ്ടി നിരന്തരമായ മിതവ്യയം-ഇതാകുന്നു ആനൽ ഇറോട്ടിക് സ്വഭാവതാളം-ആശാൻ ലുബ്ധനായിരുന്നുവോ? സരളമായ ഈ ചോദ്യത്തിന് പോലും നമുക്കിന്നു കൃത്യമായ ഒരുത്തരമില്ല.

(കുമാരനാശാന്റ കാവ്യപ്രപഞ്ചം എന്ന പുസ്തകത്തിൽ നിന്ന്)

ചങ്ങമ്പുഴയുടെ ആന്തരവൈരുധ്യങ്ങൾ

ഗാനഗന്ധർവനായും മന്ത്രവാദിയായും പനിനീർപ്പൂന്തോപ്പായും കേരളത്തിൽ പാടുന്നൊരു കേരളം സൃഷ്ടിച്ച രാക്കുയിലായും വാഴ്ത്തപ്പെട്ട ചങ്ങമ്പുഴ മധുരിക്കുന്ന ഒരോർമ്മ മാത്രമായിത്തീർന്നിട്ട് വർഷങ്ങൾ കഴിഞ്ഞിരിക്കുന്നു. കുറെ കാലത്തേയ്ക്ക് മലയാളസാഹിത്യത്തിലെ ഏറ്റവും വലിയ തർക്കവിഷയമായിരുന്നു അദ്ദേഹം. തന്റെ ജീവിതകാലത്ത് ഇത്രയധികം പുകഴ്ത്തപ്പെട്ട മറ്റൊരു കവി മലയാളത്തിൽ ഉണ്ടായിട്ടില്ല;ഒരു പക്ഷേ, ഇത്രയധികം ഇകഴ്ത്തപ്പെട്ടതും.

ആർക്കും ചവിട്ടിത്തേയ്ക്കാൻ കഴിയാത്തതും ആർക്കും കുമ്പിടാൻ കഴിയാത്തതും ആയിരുന്നു ചങ്ങമ്പുഴയുടെ കവിതയും ജീവിതവും. അവ രണ്ടും മിക്കപ്പോഴും നമ്മുടെ ആദരങ്ങളേക്കാൾ അത്ഭുതമാണ് പിടിച്ചുവാങ്ങിയത്. ആ ജീവിതത്തെക്കുറിച്ച് നന്നെ കുറച്ചേ ഇതുവരെ പുറത്തറിഞ്ഞിട്ടുള്ളൂ. ചതുരനായ ഒരു വായനക്കാരന്, ഒരു കിളിവാതിൽപ്പഴുതിലൂടെയന്നോണം വിചിത്രവും ആശ്ചര്യകരവും സാഹസസമ്പൂർണ്ണവുമായ ആ ഗന്ധർവവാഴ്ചയുടെ ഉൾത്തുപ്പകർപ്പകളിലേയ്ക്ക് എത്തിനോക്കാൻ കഴിഞ്ഞെന്നുവരാം. അപൂർണ്ണമായിരിക്കും ഈ കാഴ്ചപ്പാടുകളെങ്കിലും നമുക്ക് അതിലധികമൊന്നും ഇന്നു പ്രതീക്ഷിക്കുകവയ്യ. കവികൾക്കും സ്വകാര്യജീവിതം അനുവദിക്കണമല്ലോ.

ഒരു പോക്കിരിത്തരവും വിളിച്ചുപറഞ്ഞുകൊണ്ടാണ് ആരാമത്തിന്റെ രോമാഞ്ചം വില്ലുവാൻ ചങ്ങമ്പുഴ നമ്മുടെ ഹൃദയവീഥികളിലേയ്ക്ക് ഇറങ്ങി വന്നത്. ബാഷ്പാഞ്ജലിയുടെ പുറംചട്ടയിൽ എഴുതിപ്പിടിപ്പിച്ചിട്ടുള്ള ഈ കുട്ടിക്കുറുമ്പ് പ്രസിദ്ധമാണ്.

"കപടലോകത്തിലാത്മാർത്ഥമായൊരു
ഹൃദയമുണ്ടായതാണെൻ പരാജയം."

നാമെല്ലാം ശ്വസിച്ചു ജീവിക്കുന്ന ഈ പ്രിയപ്പെട്ട ലോകത്തെ, താനൊഴിച്ചുള്ള എല്ലാറ്റിനേയും, ഇടവും വലവും നോക്കാതെ കപട മെന്നു വിളിക്കുകയത്രെ അദ്ദേഹം ചെയ്തത്. എങ്കിലും നാമാരും ആ വരികൾ വായിച്ചു കയർത്തില്ല; രസിക്കുകയുണ്ടായിതാനും. കലയുടെ മന്ത്രവാദമത്രെ ഇത്. കായംകുളം കൊച്ചുണ്ണിയോ, ചാണക്യനോ, റാസ്പുട്ടിനോ ആയാലും കപടലോകത്തിലുള്ള ഒരേ ഒരാത്മാർത്ഥഹൃദയം തന്റേതാണെന്ന് അയാൾ വിശ്വസിച്ചുകൊള്ളും. അങ്ങനെ ചങ്ങമ്പുഴ യുടെ മധുരിക്കുന്ന ഈ നുണയും നുണഞ്ഞിറക്കിക്കൊണ്ടിരിക്കുന്നതിൽ നമുക്കൊരിമ്പമാണ് തോന്നിയത്.

എങ്കിലും വാസ്തവത്തിൽ അത്രയേറെ കപടമൊന്നുമല്ലാത്ത ഈ ലോകത്തെ, നമ്മുടെ പ്രിയപ്പെട്ട ജീവിതപ്പൂന്തോപ്പിനെ കലുഷവും ദുഷ്ടവുമായിക്കണ്ടതെന്തേ ചങ്ങമ്പുഴ? പരിതോവസ്ഥകൾ നമ്മിൽ പലരേയുമെന്നപോലെ ആ ചെറുപ്പക്കാരനെയും ഞെരുക്കിയിട്ടുണ്ടാ വാം. സമ്മർദ്ദങ്ങൾ എല്ലാ മനുഷ്യരെയും കരയിക്കാറില്ല. പിൽക്കാല ത്തെ ചങ്ങമ്പുഴയെപ്പോലും കരയിച്ചില്ല. കരച്ചിലും വിഷാദാത്മകത്വവും പരിതസ്ഥിതിയെ നേരിടാനുള്ള ഒരു കുഞ്ഞിന്റെ ആയുധമാണ്. നിനച്ചത് നടക്കാൻ കുട്ടികൾ കരയുകയാണല്ലോ ചെയ്യുക. യൗവനം പൂന്തോപ്പിനെപ്പോലെ തലയിലണിഞ്ഞുകൊണ്ട് വന്ന ചങ്ങമ്പുഴയ്ക്ക് വാസ്തവത്തിൽ അതിദുർബലമായ ഒരു സിരാകൂടം ആണുണ്ടായിരു ന്നത്. ആ ഞരമ്പുകൾ വേഗം ചുടുന്നവയും വേഗം തരളിതമാകുന്നവയും ആയിരുന്നു. ലോകത്തിന്റെ കുറ്റമല്ല ഇത്. പ്രകൃതിയുട തമാശയാണ്. കുട്ടികളുടെ ഞരമ്പുകൊണ്ട് യുവാവായ കൃഷ്ണപിള്ള, കവിയായ ചങ്ങമ്പുഴ, ഈ ലോകത്തെ കുട്ടിയെപ്പോലെ നേരിട്ടു. ഞാനിതു പറയുമ്പോൾ പക്ഷ പാതവും അതിശയോക്തിയുമാണെന്ന് തോന്നാം. ചങ്ങമ്പുഴയുടെ ആദ്യ കാലകൃതികളുടെ ഏടുകൾ മറിച്ചുനോക്കിയാൽ ഈ സംശയം തീരും. സാഹിത്യത്തിൽ ആത്മവിശ്വാസവും സ്വന്തം കാലിൽ നിൽക്കാനുള്ള കഴിവുമില്ലാതെ അദ്ദേഹം എത്രയെത്ര വളർത്തച്ഛന്മാരെ തേടിപ്പോയി! ഒരു കുട്ടിയെപ്പോലെ അക്കാലമത്രയും അദ്ദേഹം രക്ഷാകർത്താക്കളുടെ ദേഹത്തിൽ ചാരി നിന്നു. എന്നിട്ടു പാടുകയും ചെയ്തു:

"ഹതഭാഗ്യനിന്നു ഞാൻ കണ്ടതെല്ലാം
പരിതാപാച്ഛിദിതമായിരുന്നു
സതതമെൻ കാതിൽ പതിച്ചതെല്ലാം
കരുണ തൻ രോദനമായിരുന്നു
എരിയുമെന്നാത്മാവിലേറ്റതെല്ലാം
ചുട്ടനെടുവീർപ്പുകളായിരുന്നു."

പക്ഷേ, ഈ വിഷാദാത്മകത്വം ചങ്ങമ്പുഴയുടെ രക്തത്തിൽ കലർന്നതാണെന്ന് പലരും കരുതിയിട്ടുണ്ട്. ആരുടേയും രക്തത്തിൽ ഒരു തത്ത്വശാസ്ത്രവും ഒഴുകുന്നില്ല. സ്പന്ദിക്കുന്ന അസ്ഥിമാടത്തിലെ ഒരു കവിതയിൽ കുറേ വർഷങ്ങൾക്കുശേഷം ഇതേ കവി പാടി:

"നിരഘമിജ്ജീവിതം പോലുമയ്യോ
വെറുമൊരു പൊള്ളയാം സ്വപ്നമെങ്കിൽ
സ്വയമതും കൂടി നാം കണ്ണുനീരിൽ
കഴുകിക്കളവതു മൗഢ്യമല്ലേ?"

പരസ്പരവിരുദ്ധമായ ഭാവങ്ങളുൾക്കൊള്ളുന്ന ഈ വരികൾ ചങ്ങമ്പുഴ ഒരു പ്രസാദാത്മകനോ വിഷാദാത്മകനോ എന്നു തെളിയിക്കുന്നേയില്ല. ഈ വൈരുദ്ധ്യത്തെ കൂട്ടിയിണക്കേണ്ടത് അവയ്ക്ക് പിന്നിലെ സത്യം വഴിക്കാണ്. ഞരമ്പുകൾ വഴിക്ക്, നമുക്ക് ദുഃഖിക്കാം. പക്ഷേ, ചങ്ങമ്പുഴയോളം വയ്യ. നമുക്ക് ആഹ്ലാദിക്കാം; ചങ്ങമ്പുഴയെപ്പോലെ ആഹ്ലാദത്താൽ മതിമറക്കുക എളുപ്പമല്ല. ഹൃദയദൗർബല്യം, ഞരമ്പുകളുടെ അതിരുകവിഞ്ഞ പ്രവർത്തനക്ഷമത ചങ്ങമ്പുഴയുടെ കവിതയ്ക്ക് അസാധാരണമായ തീവ്രതയും ആത്മവിസ്മാരകത്വവും വൈചിത്ര്യവും ഉണ്ടാക്കിക്കൊടുത്തു. സാധാരണക്കാരനെ ഭ്രാന്തനാക്കുമായിരുന്ന ഹൃദയശരീരക്ഷീണം ചങ്ങമ്പുഴയെ കവിതയിലേക്ക് എത്തിച്ചു. ഐറിഷ്കവിയായ യീറ്റ്സിനെക്കുറിച്ച് ഓഡനെഴുതി:"Mad Ireland hurt you into your poetry." ഭ്രാന്തമായ കേരളമോ, ഭ്രാന്തമായ തന്റെ ഹൃദയമോ, ചങ്ങമ്പുഴയെ വേദനിപ്പിച്ചു കവിതയിലെത്തിച്ചു.

ഒരു സ്വഭാവത്തിന്റെ ട്രാജഡി

ദുർബലനായ ചങ്ങമ്പുഴ, മുറിപ്പെട്ട ചങ്ങമ്പുഴ, കൗതുകകരമായ ഒരുതരം കവിതയെഴുതി. കണ്ണുതുറന്നു പൊള്ളുന്ന വെയിലിലേക്കു നോക്കാൻ കഴിയാഞ്ഞ അദ്ദേഹം കണ്ണടച്ച് അകത്തേയ്ക്കുനോക്കി. അവിടെ സ്വന്തം മനസ്സിൽ അദ്ദേഹം ഒരത്ഭുതപ്രപഞ്ചം കണ്ടെത്തി. കണ്ടോളം കണ്ടോളം ഈ മായികലോകം, സ്വയംകൃതലോകം, ചങ്ങമ്പുഴയെ നിർവൃതിക്കൊള്ളിച്ചു. മനഃശാസ്ത്രത്തിന്റെയും മുദ്രാവാക്യങ്ങളുടെയും ഭാഷയിൽ ചങ്ങമ്പുഴ ഒരു എസ്കേപ്പിസ്റ്റായി. സ്വന്തം മനസ്സിലേയ്ക്കോടി രക്ഷ പ്രാപിച്ച ഒരു എസ്കേപ്പിസ്റ്റും.

തന്നോടുതന്നെ ഇങ്ങനെ സൊള്ളിക്കൊണ്ടിരിക്കൽ കവികളിൽ പുതിയതൊന്നുമല്ല. സ്വീഡിഷ് നാടകകൃത്തായ, സ്ട്രിൻസ്ബർഗ് 'എന്റെ ആത്മാവിന്റെ ചിലന്തിവല നൂറ്റു നൂറ്റു അതിനകത്തിരിയ്ക്കാനാണെനിക്കിഷ്ട'മെന്നു പറഞ്ഞിട്ടില്ലേ? "പാട്ടിൻ പട്ടുനൂലു നൂറ്റെന്നറയ്ക്കുള്ളിൽ, പട്ടുനൂൽപുഴുവിനെപ്പോലെയിരിക്കുന്നതന്നെപ്പറ്റി വൈലോപ്പിള്ളിയും

പാടിയിട്ടില്ലേ? എങ്കിലും ചങ്ങമ്പുഴ ഈ സ്വഭാവത്തെ അതിന്റെ പാരമ്യത്തിലെത്തിച്ചു. മലയാള കവിതയിലെ ഏറ്റവും വലിയ നാർസിസസ്സായി അദ്ദേഹം. സ്വന്തം നിഴൽ നോക്കി, സ്വന്തം കവിതയുടെ ഭംഗി നോക്കി, അദ്ദേഹം മതിമറന്നു. അവനവനെപ്പറ്റി ഇത്രയധികം എഴുതിയിട്ടുള്ള മറ്റൊരു മലയാളവവിയില്ല. എന്റെ പരിമിതമായ അറിവിൽ ഒരു ഇംഗ്ലീഷുകവിയും ഇല്ല.

ചങ്ങമ്പുഴ ഇങ്ങനെ തന്റെ ആത്മാവിൽ കൂടുകൂട്ടി വളരെക്കാലം പാർത്തു. ബാഷ്പാഞ്ജലിയും സങ്കല്പകാന്തിയും രമണൻ പോലും ഈ കാലഘട്ടത്തിലെ കവിതകളാണ്. ജീവിതത്തിൽ വിശ്വാസമില്ലാതായിത്തീർന്ന്, ഭാവനയിൽ മാത്രം വിരുന്നുണ്ടിരുന്ന്, ക്രമത്തിൽ ചങ്ങമ്പുഴ മരണത്തെ ആരാധിക്കുവാൻ തുടങ്ങി. എല്ലാ ഭാവനാജീവികളും തങ്ങളുടെ സൈ്വര്യജീവിതത്തെ അലോസരപ്പെടുത്തുന്ന വാസ്തവപ്രപഞ്ചത്തിൽനിന്ന് ഊർന്നുപോകുവാൻ, പിൻവാങ്ങുവാൻ, മരിക്കുവാൻ പോലും ആഗ്രഹിക്കാറുണ്ട്. ചങ്ങമ്പുഴയും പാടി.

"ലോകം ശാശ്വതമല്ല ജീവിതസുഖ-
സ്വപ്നങ്ങൾ മായും, വരും
ശോകം, മായികബുദ്ബുദങ്ങൾ മറയും
പായും സരിത്സഞ്ചയം
നാകം കാല്പനികോത്സവാങ്കിതലസൽ-
ക്കാനൽജ്ജലം! പിന്നെയെ-
ന്തേകം, സത്യമനശ്വരം?-മൃതി!--യതേ
മൃത്യോ ജയിക്കുന്നു നീ."

മരണത്തെ ജീവിതാവസാനമായല്ല സ്വതന്ത്രമായ ഭാവനാജീവിത്തിന്റെ ഉദയമായിട്ടാണ് ഇത്തരം സ്വപ്നജീവികൾ കരുതുക. ഇടപ്പള്ളി പാടിയിട്ടില്ലേ.

"മണിമുഴക്കം മരണദിനത്തിന്റെ
മണിമുഴക്കം മനോഹരം കേൾപ്പൂ ഞാൻ."

ജി.യും ടാഗൂറും വൈലോപ്പിള്ളിയും ഇതിനോടടുത്ത സ്വരത്തിൽ പാടുകയുണ്ടായി. ഈ മൃത്യുപാസന, ലോകത്തിൽ നിന്നു വലിഞ്ഞു ഒരാമയെപ്പോലെയിരിക്കുന്ന ജീവിതവൃത്തിയിൽനിന്നാണുണ്ടാവുന്നത്.

മാനസജീവിതത്തിലെ ഈ രണ്ടുമൂന്നംശങ്ങളോടൊപ്പം- നാർസിസത്തോടും ലോകവൈമുഖ്യത്തോടും മൃത്യുപാസനയോടുമൊപ്പം- പൗരുഷത്തിന്റെ കൊള്ളരുതായ്മകൾക്ക് എങ്ങനേയോ പ്രസിദ്ധനായിത്തീർന്ന ഈ കവിയുടെ കവിതയ്ക്കുള്ള ഏറിയ സ്ത്രീത്വവും ശ്രദ്ധേയമാണ്. പ്രത്യേകിച്ചും ആദ്യകാലങ്ങളിൽ ചങ്ങമ്പുഴയുടെ കവിത ഒരു

സ്ത്രീയുടെ കവിതയാണ്. ആകെക്കൂടി അദ്ദേഹത്തിന്റെ കവിതകളിൽ എത്ര സ്ത്രീകഥാപാത്രങ്ങളും എത്ര പുരുഷകഥാപാത്രങ്ങളും ഉണ്ടെന്ന് കണക്കാക്കിയല്ല കവിതയുടെ സ്വഭാവം നിശ്ചയിക്കുക. അതിലുടനീളം വീശുന്ന ഭാവങ്ങളുടെയും സന്ദർഭങ്ങളുടെയും സ്വരൂപം നോക്കിയിട്ടാണ്. സ്ത്രീകളെ ഭർത്സിച്ചുകൊണ്ടെഴുതിയ രമണനൻ തന്നെ നോക്കൂ. എന്തൊരു വിഡ്ഢിയാണ്, പൗരുഷമില്ലാത്തവനാണ്, അതിലെ നായകൻ! ഇടപ്പള്ളി രാഘവൻപിള്ളയെപ്പറ്റിയല്ല ഞാൻ പറയുന്നത്, ചങ്ങമ്പുഴയുടെ രമണനെക്കുറിച്ചാണ്. ആശാന്റെ ഉപഗുപ്തനെക്കാൾ താഴ്ന്ന് എപ്പോഴുമെപ്പോഴും

"എങ്കിലും ചന്ദ്രികേ നമ്മൾ കാണും
സങ്കല്പലോകമല്ലീയുലകം."

എന്നു വ്യഥാവിലാപം ചെയ്യാനേ അയാൾക്കറിഞ്ഞുകൂടൂ. ഒരു പ്രണയബന്ധത്തിനു വേണ്ട പൗരുഷം ചങ്ങമ്പുഴ സൃഷ്ടിച്ച രമണന്റെ സ്വഭാവത്തിലില്ല. അയാൾ ഒരു സ്വഭാവത്തിന്റെ ട്രാജഡിയായിരുന്നു.

സ്ത്രൈണഭാവം

ഈ വാസ്തവം ചങ്ങന്വുഴയുടെ ആത്മാവിനെക്കുറിച്ച് വാചാലമായി സംസാരിക്കുന്നുണ്ട്. ഞാനുദ്ദേശിക്കുന്നത് ആ ആത്മാവിന്റെ സ്ത്രൈണഭാവമാണ്. ഇതോടൊപ്പം രമണന്റെ അവതാരികയിൽ, മുണ്ടശ്ശേരി വള്ളത്തോളിന്റെ "രാധയുടെ കൃതാർത്ഥത'യോളവും വൈഷയികമല്ല രമണനെന്നു പുകഴ്ത്തിയിട്ടുള്ളതും ഓർത്തുപോകുന്നു. മറ്റു വാക്കുകളിൽ പ്ലാറ്റോണിക് പ്രണയമെന്നു പരിഹസിക്കപ്പെടുന്ന സ്ത്രൈണരതിയായിരുന്നു ചങ്ങമ്പുഴയ്ക്ക് വശമായിരുന്നത്. ഇത് ആ കവിതയുടെ ഒരു ദോഷമായിട്ടല്ല ഞാനെടുത്തു പറയുന്നത്. സ്വഭാവമായിട്ടാണു മാത്രമാണ്. ടാഗുറിന്റെ കവിതകളിലുമുണ്ടല്ലോ ഈ സ്ത്രീത്വം. അതൊരു 'ശ്രീത്വം' കൂടിയാവാം. ചങ്ങമ്പുഴയെപ്പോലെ സ്ത്രീഹൃദയത്തെ, പ്രത്യേകിച്ചൊരു മനഃശാസ്ത്രപഠനത്തിന്റെയും സഹായം കൂടാതെയും വളച്ചുകെട്ടൊന്നുമില്ലാതെയും ആവിഷ്കരിക്കുവാൻ നമ്മുടെ കവയിത്രികൾക്കു പോലും സാധിച്ചിട്ടില്ല.

"ശ്യാമളേ സഖീ ഞാനൊരു വെറും
കാനനത്തിലെപ്പൂവല്ലോ."

എന്നുതുടങ്ങുന്ന പദ്യം നോക്കൂ. തന്നെ താഴ്ത്തിക്കാണിച്ചു തന്റെ കാമുകനെ ഉയർത്തുവാനും അങ്ങനെ പരോക്ഷമായി അയാളെ താൻ സമ്പാദിച്ചു എന്ന ചാരിതാർത്ഥ്യവും അഭിമാനവും നേടുവാനുമുള്ള സ്ത്രീഹൃദയത്തിന്റെ ചാതുര്യവും.

"എന്നിട്ടും വന്നീലെൻ കണ്ണീർ തുടയ്ക്കുവാ-
നെന്നാത്മനായകൻ തോഴീ."

എന്നു തുടങ്ങിയ പ്രസിദ്ധ പദ്യത്തിലെ സ്ത്രീയുടെ ഹൃദയസ്പർശിയായ കാത്തിരിപ്പും വൈഷയികമായ ആത്മാർപ്പണവും മറ്റൊരാളും ഇത്ര ഭംഗിയായി പറഞ്ഞു ഫലിപ്പിച്ചിട്ടില്ല.

ഈ ഉദാഹരണങ്ങളിൽ മാത്രമല്ല, ബാഷ്പാഞ്ജലിയിലേയും സങ്കല്പകാന്തിയിലെയും മറ്റും മറ്റും കവിതകളിലും ഒരു സ്ത്രീഹൃദയത്തിന്റെ --ചോരയും നീരുമുള്ള യഥാർത്ഥസ്ത്രീകളുടെയല്ല- സാങ്കല്പികസ്ത്രീത്വത്തിന്റെ ദാസ്യഭാവവും ഭാവനൈർമ്മല്യവും ധീരമായ വൈഷയികതയും സംശയംകൂടാതെ കണ്ടെത്താൻ കഴിയും.

അമ്പരപ്പിക്കുന്ന ഈ ഗന്ധർവ്വന്റെ മറ്റൊരാന്തരവൈരുദ്ധ്യമായിരുന്നു ഇതും. തന്നിൽത്തന്നെ വേണ്ടതിലധികമുള്ള സ്ത്രീത്വത്തെ ചങ്ങമ്പുഴ ഭയപ്പെട്ടിരുന്നുവെന്നു നമുക്കൂഹിക്കാൻ വഴിയുണ്ട്. അദ്ദേഹത്തിന്റെ ഡോൺജ്വാനിസം സ്ത്രീത്വത്തെ അതിവർത്തിക്കുവാനുള്ള അബോധമനസ്സിന്റെ സൂത്രമായിരിക്കണം. ഈ പൗരുഷം നടിക്കലും യഥാർത്ഥമായ പൗരുഷക്കുറവും ചങ്ങമ്പുഴയെ ഒന്നിലധികം അബദ്ധങ്ങളിൽ ചാടിച്ചിട്ടുണ്ട്.

ലോകത്തെ കണക്കിലധികം പുച്ഛിക്കുകയും പേരുകൾ പറഞ്ഞു വിളിക്കുകയും ചെയ്ത ചങ്ങമ്പുഴ, നിരൂപണം തനിക്കു പുല്ലാണെന്നു നടിച്ച ആ അഭിമന്യ ഒരു പിച്ചക്കാരനെപ്പോലെ പ്രശസ്തിയുടെ പിന്നാലെ തെണ്ടിനടന്നു. പ്രശസ്തി കിട്ടാഞ്ഞിട്ടല്ല, കിട്ടിയത് അത്രയും പോരാഞ്ഞിട്ട്. തന്നെക്കുറിച്ച് അത്രയും മതിപ്പായിരുന്നു അദ്ദേഹത്തിന്.

"എങ്ങവളെങ്ങവളെങ്ങവളെൻ കീർത്തി-
യെങ്ങു-പോകൊല്ലേ വരുന്നു ഞാനും പ്രിയേ."

ജീവിച്ചിരിക്കെത്തന്നെ ജനങ്ങളിൽനിന്നു ഇത്രയും പ്രശസ്തി പിടിച്ചുവാങ്ങിയ മറ്റൊരു കവിയും മലയാളത്തിലുണ്ടായിട്ടില്ല. ഇംഗ്ലണ്ടിൽ ബൈറനുണ്ടായിരുന്നു. എങ്കിലും ചങ്ങമ്പുഴയുടെ കീർത്തിദാഹം തീർന്നില്ല. ഇക്കാര്യത്തിൽ ഏതാണ്ടു സംതൃപ്തിയോടെയാണദ്ദേഹം മരിച്ചതെങ്കിലും ജീവിതത്തിന്റെ സായാഹ്നത്തിൽപ്പോലും അദ്ദേഹം തനിക്കുകിട്ടുന്ന പരിഗണന കൊണ്ട് തൃപ്തനായിരുന്നില്ല. ഒരുൽകൃഷ്ടമനസ്സിന്റെ അന്ത്യദൗർബ്ബല്യമാണ് കീർത്തിഭ്രമമെന്ന് മിൽട്ടനു പോലും പറയേണ്ടിവന്നില്ലേ?

തന്റെ കീർത്തി അപഹരിക്കാൻ ശ്രമിച്ചതിനും തന്റെ യാഥാസ്ഥിതികപാണ്ഡിത്യമില്ലായ്മയെ പുച്ഛിച്ചതിനും തന്നെ ചുമലിൽ കൈവച്ചു പുറകോട്ടു താഴ്ത്താൻ ശ്രമിച്ചതിനും ഒക്കെയാവാം ചങ്ങമ്പുഴ പഴമയെ എതിർത്തത്. അതൊരു ഹാലിളക്കമായിരുന്നു.

"ജടയുടെ സംസ്കാരപ്പനയോലക്കെട്ടൊക്കെ
പ്പൊടിപറ്റിപ്പഴകത്തിച്ചിതല്വമറ്റി."

എന്നാക്രോശിച്ചില്ലേ അദ്ദേഹം? വാസ്തവത്തിൽ എന്താണ് ചങ്ങമ്പുഴ ഉദ്ദേശിച്ചിരുന്നത്? ശ്രീ. കുറ്റിപ്പുഴ കൃഷ്ണപിള്ള, താനാണ് ആ കവിതയെ ഴുതാൻ പ്രചോദനം നൽകിയതെന്നതിൽ അഭിമാനം കൊണ്ടു. പക്ഷേ, ഈ കവിതയെഴുതിയതിനു ശേഷവും ജടയുടെ പനയോലക്കെട്ടുകളോ ടും അവയേക്കാൾ പ്രാകൃതമായ മന്ത്രതന്ത്രാദികളോടും ചങ്ങമ്പുഴയ്ക്കു ആഭിമുഖ്യമുണ്ടായിരുന്നു.

"ഗീത ലയിച്ചൊരീ മണ്ണിൽ മുളയ്ക്കുന്ന
തേതും പവിത്രഫലാഢ്യമാണെന്നുമേ.
വൃന്ദാവനം വാച്ചൊരീ മഹി തൻ മന-
സ്പന്ദനം പോലും കലാചോദനപ്രദം.
എന്നിട്ടും മതിവരാതെ,
ഭൂതകാലത്തിന്റെ വർണ്ണാശ്രമത്തിലേ-
യ്ക്കേതും മടിക്കാതെ പോക തിരിച്ചു നീ."

എന്നുവരെ ഉപദേശിക്കുകയും ചെയ്തു. ഭാരതത്തിലെ നീണ്ട താടിക്കാരെ പുകഴ്ത്തിയെഴുതിയ അതേ കൈകൾ അവരുടെ പനയോ ലക്കെട്ടുകൾ ചുട്ടെരിക്കുവാൻ പന്തംകൊളുത്തിക്കൊടുക്കുക! അത്ഭു താവഹമാണ് ഈ ഭാവപ്പകർച്ചകൾ. പക്ഷേ, വിരുദ്ധങ്ങളായ ഈ കാവ്യസന്ദർഭങ്ങളിലോരോന്നിലും ചങ്ങമ്പുഴ ആത്മാർത്ഥതയുടെ മൂർത്തിമദ്ഭാവമെന്നോണം ആവേശംകൊള്ളുകയും ചെയ്തിരുന്നുവല്ലോ. അദ്ദേഹം തന്നെത്തന്നെയും ജനതയെയും വഞ്ചിക്കുകയായിരുന്നുവോ? ചങ്ങമ്പുഴയുടെ തുറന്ന ജീവിതം ഈ ചോദ്യത്തിന്റെ മുഖത്താട്ടുമെന്ന് തീർച്ചയാണ്. പഴമയുടെയും അധികാരത്തിന്റെയും പാണ്ഡിത്യത്തിന്റെ യും നേരെ മഹാകവിക്കുണ്ടായിരുന്ന വൈകാരികദ്വൈധീഭാവത്തിനു അദ്ദേഹത്തിന്റെ സ്വഭാവരീതികളിൽത്തന്നെ കാരണം കണ്ടെത്തേണ്ടി യിരിക്കുന്നു.

തുല്യതയില്ലാത്ത മനസ്സ്

ചങ്ങമ്പുഴയിലെ വൈരുധ്യങ്ങളെക്കുറിച്ചുള്ള ഈ ചിന്തകൾ ആ നിത്യയുവാവിന്റെ മാനസാരോഗ്യത്തിലേയ്ക്കു നമ്മെ ഇഴുത്തുചെല്ലുന്നു. ആ മനസ്സ് ശക്തമായിരുന്നുവോ, അരോഗമായിരുന്നുവോ? ഒരിക്കലുമില്ല. എങ്കിൽ അദ്ദേഹം ഇത്തരം വൈപരീത്യങ്ങളുടെ കൂമ്പാരമാവുകയില്ലാ യിരുന്നു. എങ്കിൽ ഇന്നു അദ്ദേഹം വാഴ്ത്തപ്പെടുന്നിടത്തോളം വാഴ്ത്തപ്പെടുക യില്ലായിരുന്നു. മനസ്സിന്റെ തുല്യതയില്ലായ്മ ചങ്ങമ്പുഴയ്ക്ക് അനുഭൂതിയുടെ അത്ഭുതചക്രവാളങ്ങൾ കാണിച്ചുകൊടുത്തു. ഉന്മാദികളുടെ ലോകത്തി ലേയ്ക്കുപോലും അദ്ദേഹത്തിനെത്തിനോക്കാൻ കഴിഞ്ഞു.

“നീയൊരു വെറും ഭ്രാന്തൻ, നിനക്കു നിൻ
നീറും മനസ്സിൽ നിലാവുദിക്കുന്നുവോ?”

ഈ മനസ്സിൽ നിലാവുദിച്ചിരുന്നു എന്നതാണ് വാസ്തവം. അതു ചങ്ങമ്പുഴക്കവിതയ്ക്കു അദൃഷ്ടപൂർവ്വമായ അലൗകികത്വവും സത്വരതയും ചടുലതയും സരളതയും നൽകി. നമ്മുടെ അബോധമനസ്സുമായി സൈ്വര്യസല്ലാപം ചെയ്യുവാൻ ചങ്ങമ്പുഴയ്ക്ക് കഴിഞ്ഞു. നമ്മുടെ നേരിയ കിറുക്കുകൾ സാധൂകരിച്ച് ആ കവിത നമുക്കാശ്വാസവും ആഹ്ലാദവും തന്നു. ചങ്ങമ്പുഴക്കവിത മറ്റുള്ള മികച്ച കവിതയേക്കാളധികം വിജയിക്കുവാൻ കാരണം ഈ ഉന്മാദത്തിന്റെ അംശം കൂടിയത്രെ.

മറ്റൊരു വഴിക്കു, രുഗ്ണമായ ആത്മാവ് ചങ്ങമ്പുഴയ്ക്കു സ്വരത്തിന്റെയും താളത്തിന്റെയും മായാലോകം കാണിച്ചുകൊടുക്കുകയും ചെയ്തു. ‘കാവ്യനർത്തകി’യിലും ‘രാക്കുയി’ലിലും മറ്റും കവിതയെ ശുദ്ധസംഗീതത്തോട് ഏറ്റവും അടുപ്പിക്കുവാൻ അദ്ദേഹത്തിന് കഴിഞ്ഞുവല്ലോ. ശാരീരകരോഗങ്ങളും ഈ അത്ഭുതസിദ്ധിക്കു സഹായകമായിട്ടുണ്ടെന്ന് തീർച്ചയാണ്. ഇംഗ്ലണ്ടിലെ ഐന്ദ്രജാലികകവിയായ ബ്രൗണിങ്ങിനു തന്റെ ദഹനക്കേട് എത്രത്തോളം ഉപയോഗപ്പെട്ടിട്ടുണ്ടെന്ന് അദ്ദേഹത്തിന്റെ ജീവചരിത്രകാരനായ ചെസ്റ്റർട്ടൻ വ്യക്തമാക്കിയിട്ടുണ്ട്. ചങ്ങമ്പുഴയുടെ ശാരീരികരോഗങ്ങൾ അദ്ദേഹത്തിന്റെ ശ്രദ്ധയെ ബാഹ്യലോകത്തിൽ ഉള്ളിലേയ്ക്കു തിരിക്കുകയും ആരോഗ്യമുള്ളവർ കാണാത്ത ശരീരപ്രവർത്തനങ്ങളുടെ താളക്രമങ്ങൾ കാണിച്ചുകൊടുക്കുകയും ചെയ്തിട്ടുണ്ടാവണം. രാജയക്ഷ്മാവിന്റെ വായിൽ കിടന്നുകൊണ്ടെഴുതിയ ‘മനസ്വിനി’ ഇങ്ങനെ അവസാനിക്കുന്നു:

“വേദന വേദന ലഹരിപിടിക്കും
വേദന-ഞാനിതിൽ മുഴുകട്ടെ!
മുഴുകട്ടേ, മമ ജീവനിൽനിന്നൊരു
മുരളീമൃദുരവമൊഴുകട്ടേ!”

ഈ സന്ദർഭത്തിൽ ചങ്ങമ്പുഴയുടെ മറ്റൊരു ദൗർബല്യംകൂടി ഓർക്കാതിരിക്കുക വയ്യ. ഡ്വിക്വിൻസെയെപ്പോലെയും, കോളറിഡ്ജിനെപ്പോലെയും, മൊപ്പസാങ്, വൈൽഡ് എന്നിവരെപ്പോലെയും മദ്യത്തെ ആരാധിച്ച അദ്ദേഹം. പലരും ഇക്കാര്യം തുറന്നുപറയുവാൻ ലജ്ജിക്കുന്നതായിക്കാണുന്നു. പക്ഷേ, ചങ്ങമ്പുഴ ലജ്ജിച്ചിരുന്നില്ല. മദ്യം ഞരമ്പുകളെ തളർത്തുകയും ഹൃദയത്തിന്റെ കാരാഗൃഹത്തിൽനിന്നു ക്രൗര്യകാമങ്ങളെയെന്ന പോലെ കവിതയേയും സ്വതന്ത്രമാക്കുകയും ചെയ്യുന്നു. ചങ്ങമ്പുഴയുടെ ആത്മാവു കാവ്യമയമായിരുന്നതുകൊണ്ട് കവിതയാണ് അതിൽനിന്ന് അധികവും പുറത്തുവന്നത്. ചാരായത്തെക്കുറിച്ചുള്ള

ശ്ലോകങ്ങളും 'കഞ്ചാവിന്റെ ചിറകുകളിൽ' എന്ന അമരഗീതവും നമുക്കു മറ്റൊരു വഴിക്ക് ലഭിക്കുമായിരുന്നില്ല.

ഇതുവരെ പറയുവാൻ ശ്രമിച്ച കാര്യങ്ങൾ ഏതാണ്ടിത്രയുമാണ്. സ്ത്രീത്വം, അധികാരം, ഭരണകൂടം, വിപ്ലവം, പൈതൃകസംസ്കാരം എന്നിവയോടു ചങ്ങമ്പുഴയ്ക്കുണ്ടായിരുന്ന മനോഭാവങ്ങൾ ഒന്നിനൊന്നു വിരുദ്ധവും അതിലുമേറെ കൗതുകകരവുമായിരുന്നു. മലയാളത്തിലെ ഏറ്റവും വിഷാദനിർഭരമായ കവിതകളെഴുതിയ ആ കൈകൾതന്നെയാണ് അത്രമേൽ ഉന്മാദഭരിതമായ കാവ്യങ്ങളും മലയാളത്തിന് സമർപ്പിച്ചത്. 'പുരുഷന്മാരിൽ പുരുഷ'നായി അറിയപ്പെട്ടിരുന്ന ചങ്ങമ്പുഴയുടെ കവിതകളിലെല്ലാം സ്ത്രീത്വത്തിന്റെ അംശങ്ങൾ മുന്തിനിൽക്കുന്നു. ഈ വൈരുധ്യങ്ങൾക്കുള്ള കാരണം ഈ അസാധാരണനായ മനുഷ്യന്റെ മനസ്സിലല്ലാതെ ബാഹ്യലോകത്തു തേടുന്നത് അർത്ഥശൂന്യവുമാണ്.

ഈഡിപ്പസ് പ്രമേയത്തിലേയ്ക്കു ചൂണ്ടുന്നു

ഇവയിൽ അധികാരത്തോടും പഴമയോടും അദ്ദേഹത്തിനുണ്ടായിരുന്ന രാഗദ്വേഷങ്ങൾ പിതൃത്വത്തോടുള്ള ബാല്യകാലമനോഭാവത്തിൽ അധിഷ്ഠിതമായിരിക്കണമെന്നു ഞാനൂഹിക്കുന്നു. ഒരേസമയം ആരാധിക്കപ്പെടുകയും വെറുക്കപ്പെടുകയും ചെയ്യുന്ന അച്ഛനെപ്പോലെയാണ് ചങ്ങമ്പുഴ അധികാരത്തിലിരിക്കുന്ന എന്തിനേയും കണക്കാക്കിയിരുന്നത്. വിപ്ലവം പ്രസംഗിച്ചിരുന്നുവെങ്കിലും അദ്ദേഹം ഒരിക്കലും ഒരു വിപ്ലവകാരിയായിരുന്നില്ല. ചങ്ങമ്പുഴയുടെ സ്ത്രീയാകട്ടെ, എല്ലാം കൊടുക്കുകയും ഒന്നും കൊടുക്കാതിരിക്കുകയും ചെയ്യുന്ന മാതൃത്വമല്ലാതെ മറ്റൊന്നുമല്ല. ഈ രണ്ടു മൗലികബന്ധങ്ങളുമായി അദ്ദേഹത്തിന് സ്ഥായിയായ ഒരനുരഞ്ജനത്തിൽ എത്തിച്ചേരാൻ കഴിഞ്ഞിരുന്നില്ലെന്നു കരുതേണ്ടിയിരിക്കുന്നു. തന്റെതന്നെ പൗരുഷത്തെക്കുറിച്ചുള്ള ഏതോ സംശമായിരിക്കണം അദ്ദേഹത്തെ വേണ്ടതിലധികം പുരുഷനാക്കിത്തീർത്തതും. ഉയരം കുറവായതുകൊണ്ട് തനിക്കു സ്ത്രീകളെ ആകർഷിക്കുവാൻ കഴിയുകയില്ലെന്ന ഉൽകണ്ഠ ഇംഗ്ലീഷ് കവിയായ കീറ്റ്സിനുണ്ടായിരുന്നു. ചുരുങ്ങിയത് അര ഡസൻ സ്ത്രീകളെങ്കിലും തന്നെ സ്നേഹിക്കുന്നുവെന്നറിഞ്ഞിട്ടും കീറ്റ്സിന് ഈ സംശയവും ഉൽകണ്ഠയും തീരുകയുണ്ടായില്ല. മലയാളകവികളിൽ വെൺമണിക്കു തന്റെ കറുത്തനിറത്തെക്കുറിച്ചു ഇതേ ഭയമുണ്ടായിരുന്ന കഥ അദ്ദേഹംതന്നെ പ്രസിദ്ധം ചെയ്തിട്ടുണ്ടല്ലോ. അദ്ദേഹത്തിനും ജീവിതത്തിൽ കറുപ്പുനിറം പരാജയകാരണമായിരുന്നില്ലെന്നു തോന്നുന്നു.

ചങ്ങമ്പുഴയുടെ ദൗർബല്യങ്ങളും വൈരുധ്യങ്ങളും മാനസാപഗ്രഥനത്തിന്റെ ഭാഷയിൽ പറഞ്ഞാൽ അദ്ദേഹത്തിന്റെ ഈഡിപ്പസ്

പ്രമേയത്തിലേയ്ക്കുതന്നെ ചൂണ്ടുന്നു എന്നു കാണാൻ വിഷമമൊന്നുമില്ല. ഇക്കാര്യം സ്ഥാപിക്കുവാനാവശ്യമായ ജീവചരിത്രവസ്തുതകൾ ഇനിയും പുറത്തുവന്നിട്ടില്ലെന്നത് ശരിതന്നെ. അവ വരുമോ എന്നും സംശയിക്കേണ്ടിയിരിക്കുന്നു.

ഒട്ടുമിക്ക കലാകാരന്മാരെപ്പോലെയും ചങ്ങമ്പുഴയ്ക്കു മദംപൊട്ടുകയും ഇടയ്ക്കു മുഷിഞ്ഞു മൂകമാവുകയും ചെയ്യുന്ന മാനസഘടനയാണുണ്ടായിരുന്നത്; ഉന്മത്തവിക്ലബമായ (Manic depressive type) ഒരു രീതിവിശേഷം. ബാഷ്പാഞ്ജലിയും പാടുന്ന പിശാചും എഴുതിയത് ഒരേ കവിയാണല്ലോ. ചങ്ങമ്പുഴയുടെ മഹത്തായ വാസനാവൈഭവം, മറ്റൊരു മലയാള കവിക്കും ജന്മനാ ലഭിച്ചിട്ടില്ലാത്തത്ര വലുതായ പ്രതിഭാസമ്പത്ത്, ഭ്രാന്തമായിത്തീരുന്ന ഹൃദയചാപല്യങ്ങളെ തേനൂറുന്ന കവിതയാക്കിമാറ്റി. എല്ലാവരും ശരീരരോഗങ്ങൾകൊണ്ടു നരകിക്കുമ്പോൾ ചങ്ങമ്പുഴ മാത്രം ആ നരകവേദനയെ സംഗീതലഹരിയാക്കിത്തീർത്തു. എല്ലാവരും കുടിച്ചു പെണ്ണിനെ തല്ലുമ്പോൾഅദ്ദേഹം കുടിച്ചു ഗന്ധർവ്വ ഗാനങ്ങൾ പാടി. ആർക്കാണ് നന്ദി പറയുക?

മേഘസന്ദേശം

കാളിദാസന്റെ *മേഘസന്ദേശം* ശുദ്ധമായ ഭാവനാവിലാസത്തിന്റെ -സർവ്വസ്വതന്ത്രമായ കാല്പനികത്വത്തിന്റെ- ഉത്തമനിദർശനമായി വാഴ്ത്തപ്പെട്ടിട്ടുണ്ട്. ഇന്ത്യയുടെ പ്രാചീന സഹിത്യത്തിൽ ഇതിനെക്കാൾ ഭാവാത്മകമായ ഒരു കാവ്യം എടുത്തുകാണിക്കുവാനില്ല. എങ്കിലും തന്റെ കാമഭാവനകൾ ഉലരയിടുവാൻ മഹാകവി കണ്ടെത്തിയ അയക്കോലിനെക്കുറിച്ച്, മേഘത്തെക്കുറിച്ച് പണ്ടെന്നപോലെ ഇന്നും വിമർശനങ്ങൾ പരുഷങ്ങളാണ്. മേഘത്തെ സന്ദേശഹരനായി തെരഞ്ഞെടുത്തതിൽ 'അയുക്തിമദ്ദോഷം'[1] ഉണ്ടെന്ന് ഭാമഹനും തപ്പാലോട്ടക്കാരനായ മേഘം ഒരത്ഭുതസൃഷ്ടിതന്നെ ആയിരിക്കണമെന്ന് ഇ.എം.ഫോഴ്സ്റ്ററും[2] വിമർശിക്കുന്നു. ഉൽകണ്ഠകൊണ്ടുള്ള ഉന്മത്തത ഈ ന്യൂനതയ്ക്കൊരു ന്യായീകരണമായി അംഗീകരിക്കുവാൻ ഭാമഹൻ കൂട്ടാക്കുന്നുമില്ല.[3]

കാളിദാസൻ തന്നെ ഈ പൂർവ്വപക്ഷങ്ങൾ ഓർത്തിരുന്നില്ലെന്നു പറഞ്ഞുകൂടാ. മേഘം മനുഷ്യഹൃദയത്തെ അസ്വസ്ഥമാക്കുന്നു.

"മേഘാലോകേ ഭവതി സുഖിനോപ്യന്യഥാവൃത്തിചേതഃ"

വിരഹിയായ യക്ഷന്റെ ആത്മാവിൽ എരിഞ്ഞുനിന്നിരുന്ന തീയ് ഊതിക്കത്തിക്കുന്നത് ഈ ദൃശ്യമാണല്ലോ- അയാൾക്ക് തന്റെ ദയിത എങ്ങനെയെങ്കിലും ജീവനോടെ ഇരുന്നുകാണണമെന്നേ ഉള്ളൂ- "ദയിതാ ജീവിതാലംബനാർത്ഥീ."

അതുകൊണ്ട് മേഘം 'ധൂമജ്യോതിസ്സലിലമരുത്ത്'കളുടെ സന്നിപാതമാണെന്ന കാര്യം അയാൾ ഗണിക്കുകയുണ്ടായില്ല. ഔത്സുക്യം തന്നെ കാരണം! പിന്നെ പറയുന്നതെല്ലാം യക്ഷന്റെ വകയാണ്.

ഈ രണ്ടു കാരണങ്ങളിൽ ആദ്യത്തേതിൽ, സന്ദേശഹരനായി മേഘത്തെ സ്വീകരിച്ചതിലുള്ള കാവ്യപരമായ ന്യായം

അടങ്ങിയിരിക്കുന്ന-മേഘദർശനം വിരഹികൾക്കു പ്രത്യേകിച്ചും, വികാര സംവർധകമാണ് എന്നത്. മറ്റേതിൽ, വസ്തുപ്രപഞ്ചത്തിന്റെ നിയമങ്ങൾ മറന്നും മേഘത്തെ സന്ദേശവാഹിയാക്കുവാൻ യക്ഷൻ എന്തുകൊണ്ട് ഒരുമ്പെട്ടു എന്നതിന്റെ ഉത്തരമാണുള്ളത്. കാമാർത്തനായ അയാളുടെ മാനസാവസ്ഥ തന്നെയാകുന്നു ഈ ഉത്തരം.

കാളിദാസൻ പറഞ്ഞുനിർത്തിയതിനപ്പുറത്ത് മറ്റാരും ഇക്കാര്യം സഫലമായി ചർച്ച ചെയ്തു ഞാൻ കണ്ടിട്ടില്ല.

മേഘത്തെക്കുറിച്ചെഴുതിയ പ്രഥിതമായ ഉപന്യാസത്തിൽ ടാഗുർ വർഷകാലമേഘം ഏകാന്തതയും വിരഹവേദനയും വ്യഞ്ജിപ്പിക്കുവാൻ സർവ്വഥാ സമർത്ഥമാണെന്നു പറഞ്ഞിട്ടുള്ളിടത്തുപോലും പുതിയ വെളിച്ചം നുകരുവാൻ വാസ്തവത്തിൽ കഴിഞ്ഞിട്ടില്ല.

മഹാപണ്ഡിതനായ വാസുദേവശരൺ അഗ്രവാൽ ഹിന്ദിയിൽ എഴുതിയിട്ടുള്ള പഠനം ('മേഘദൂത്, ഏക് അധ്യയൻ', രാജ്കമൽ, ദൽഹി) താരതമ്യേന സൂക്ഷ്മവും ഗഹനവുമാണ്. മേഘത്തിന്റെ ഔപനിഷദവും പൗരാണികവും ആയ അർത്ഥബന്ധങ്ങളന്വേഷിച്ച് പോകുന്ന അദ്ദേഹം ഇന്ദ്രിയനിഗ്രഹനിഷ്ഠമായ യോഗമാണ് *മേഘസന്ദേശ*ത്തിന്റെ സന്ദേശം എന്ന നിഗമനത്തിൽ എത്തിച്ചേരുകയാണ് ചെയ്യുന്നത്. നരഹത്യയ്ക്ക് പുറപ്പെട്ടവൻ ആത്മഹത്യയിൽ അവസാനിക്കുന്നതുപോലെ.

തന്റെ *മേഘസന്ദേശ*വ്യാഖ്യാനത്തിനെഴുതിയ അവതാരികയിൽ മാരാർ ഊർജ്ജസ്വലതയോടുകൂടിത്തന്നെയാണ് ഈ പ്രശ്നത്തെ നേരിട്ടിരിക്കുന്നത്.

"ആദ്യം മനസ്സിലുറപ്പിക്കേണ്ടത്, *മേഘസന്ദേശം* യഥാർത്ഥത്തിൽ ഒരു സന്ദേശം പറഞ്ഞേല്പിക്കലല്ലെന്നാണ്."

"നീരാവി പോലെ തള്ളിപ്പൊങ്ങിയ ഭോഗചിന്തകൾ കാലാന്തരീക്ഷത്തിൽ ഘനീഭവിച്ചതാണ് ഇവിടത്തെ മേഘം."

"തനിക്കൊരു മേഘമായി പറക്കുവാൻ സ്വാതന്ത്ര്യം കിട്ടിയാൽ താൻ എന്തെല്ലാം കാട്ടും എന്നു തോന്നിയതിന്റെ സ്ഥൂലീകൃതരൂപമാണ് *മേഘസന്ദേശം*."

എന്നും മറ്റും മാരാർ പലപാട് വിസ്തരിക്കുവാൻ ശ്രമിക്കുന്നത്, മനുഷ്യമനസ്സിലെ പലപ്പോഴും സന്മാർഗ്ഗവിരുദ്ധമായ, ഭോഗചിന്തയുടെ കലാപരമായ ആവിഷ്കാരമാണീ കാവ്യം എന്നതായിരിക്കണമല്ലോ. ഇവിടെയും കാവ്യവസ്തുവിനെക്കുറിച്ച് കുറെ വെളിച്ചം കിട്ടുന്നു എന്നതൊഴിച്ചാൽ മേഘത്തെ തന്നെ സന്ദേശഹരണത്തിനു തിരഞ്ഞുപിടിക്കുന്നതിന്റെ

അനൗചിത്യത്തെക്കുറിച്ചുള്ള ആക്ഷേപം നിഷേധിക്കപ്പെടുന്നു എന്നു കരുതാൻവയ്യ.

ഏതായാലും മേഘദൂതം ഒരു കഥയല്ല എന്നും അതിനു നിയതോദ്ദേശ്യമായ ഒരു ഇതിവൃത്തം ഇല്ലെന്നും ഒരു കേവല ലൈംഗികഭാവനയായി മാത്രമേ അതിനെ സമീപിക്കാവൂ എന്നും പണ്ടും ഇന്നുമുള്ള നിരൂപകന്മാർ ഊന്നിപ്പറയുന്നുണ്ട്. ഈ സവിശേഷത കൊണ്ടുതന്നെയാവണം കവി യക്ഷന്റെ വ്യക്തിത്വത്തിലും ശാപകാരണത്തിലും മറ്റും ഉദാസീനനായത്. ഇതുകൊണ്ടുതന്നെയാവണം കവി അയാളെ മനുഷ്യനിർമ്മിത സന്മാർഗ്ഗത്തിൽ നിന്നകന്നു പാർക്കുന്ന യക്ഷനാക്കിത്തീർത്തത്.

ആധുനിക മനോവിജ്ഞാനീയത്തിന്റെ വെളിച്ചത്തിൽ കാളിദാസമേഘം ഒരു പുരുഷലിംഗപ്രതീകം ആണെന്നു(Phallic symbol) ചൂണ്ടിക്കാണിക്കുകയും ആഭ്യന്തരവും ബാഹ്യവുമായ ഉദാഹരണങ്ങളുടെ സാഹായ്യത്തോടെ ഈ ആശയം ഭാരതീയ ചിന്തയ്ക്ക് പണ്ടേ പരിചിതമായിരുന്നു എന്നും തെളിയിക്കുകയാണ് ഈ ലേഖനത്തിന്റെ പരിമിതമായ ഉദ്ദേശ്യം.

II

മാതൃകയ്ക്കും മാതൃക തേടിപ്പോകുന്ന നിരൂപകബുദ്ധി, *മേഘസന്ദേശ*ത്തിനു ബീജാവാപം ചെയ്തിട്ടുള്ളത് രാമന്റെ (വാല്മീകിയുടെ) ഹനുമൽ സന്ദേശമാണ് എന്നഭിപ്രായപ്പെട്ടിട്ടുണ്ടല്ലോ. സഞ്ജീവനിയിൽ മല്ലിനാഥൻ തന്നെ ഇക്കാര്യം അനുസ്മരിക്കുന്നുണ്ട്-- “സീതാം പ്രതി രാമസ്യ ഹനുമൽസന്ദേശം മനസി നിധായ *മേഘസന്ദേശം* കവിഃ കൃതവാൻ ഇത്യാഹുഃ'' ഉത്തരഭാഗത്തിൽ നായിക, പവനതനയനെ മൈഥിലി എന്ന പോലെ, ഉന്മുഖിയായി മേഘത്തെ നോക്കുമെന്നു പറയുന്നിടത്തും ഓർക്കുന്നത് ഹനുമൽസന്ദേശം തന്നെ.[4] ഒരുപക്ഷേ, ലങ്കയിലേയ്ക്കു ചാടാനൊരുങ്ങി വാലുമുയർത്തി നില്ക്കുന്ന ഹനുമാനെ ആദികവി വർണ്ണിക്കുന്നിടത്തുനിന്നാകാം കാളിദാസൻ മേഘത്തെ തന്റെ സന്ദേശമയയ്ക്കാൻ കണ്ടെടുത്തത്.

“ദുധുവേ ച സ രോമാണി
ചകമ്പേ ചാ ചലോപമഃ
നനാദ ച മഹാനാദം
സുമഹാനിവ തോയദഃ''

(കുടഞ്ഞൂരോമങ്ങളവൻ കുലുങ്ങീ പർവ്വതോപമൻ അലറീ ചീർത്ത ശബ്ദത്തിൽ ചീർത്ത കാർകൊണ്ടൽ പോലവേ)

4 ഇത്യാഖ്യാതേ പവനതനയം മൈഥിലീവോന്മുഖീ സാ...

ഈ ഹനുമൽസന്ദേശമാകട്ടെ സുരസാവൃത്താന്തം, മൈനാകാ ഥിത്യം, ലങ്കാദഹനം എന്നീ ഉപകഥകൾകൊണ്ടും സന്ദേശഹരന്റെ സവിശേഷതകളായി പറയുന്ന അണിമാദി സിദ്ധികൾകൊണ്ടും *മേഘ സന്ദേശ*ത്തോളം വിവൃതമല്ലെങ്കിലും അതിനെക്കാളൊട്ടും ദുർബലമല്ലാ ത്ത ലൈംഗികഭാവനയുടെ ഉദാഹരണമാണ് എന്ന വാസ്തവം നമുക്കിവിടെ സ്പർശിച്ചുപോകുകയേ നിവൃത്തിയുള്ളൂ.

മറ്റു ചില വ്യാഖ്യാതാക്കളും നിരൂപകന്മാരും നളന്റെ ഹംസസന്ദേശ ത്തിനു കാക്കയെ സന്ദേശഹരനാക്കുന്ന കാമവിലാപജാതകത്തിനും മേഘത്തിന്റെ ഉത്തേജകങ്ങളാകാൻ കഴിഞ്ഞിട്ടുണ്ടാകാമെന്നു ഊഹി ക്കുന്നുണ്ട്. ഇവിടെ മാത്രമല്ല, പിന്നീട് ഈ പ്രസ്ഥാനത്തിലുണ്ടായ മിക്ക കൃതികളിലും പക്ഷികളാണല്ലോ, സന്ദേശവാഹകർ. കോകിലം, ശുകം, മയൂരം, ദാത്യൂഹം, ചന്ദ്രവാകം അങ്ങനെ പലതും. നീണ്ട കൊക്കോ കഴുത്തോ ഉള്ള പക്ഷികൾ കുഞ്ഞുങ്ങളെ ശൂന്യതയിൽ നിന്നു കൊത്തി ക്കൊണ്ടുവരുന്നു എന്ന ബാലകഥകളിലെ ആശയം ഇവിടെ അനുസ്മ രിക്കാവുന്നതാണ്. യക്ഷിക്കഥകളിലെ ഈ സിംബൽ വാസ്തവത്തിൽ പുരുഷലൈംഗിക പ്രതീകമാണെന്ന് മാനസികാപഗ്രഥനത്തിൽ തെളിയിച്ചു കഴിഞ്ഞിട്ടുണ്ട്[5] പുരുഷബീജം സംവാഹ്യമാണെന്ന പ്രകൃ ത്യാശയം മത്സ്യഗന്ധിയുടെ ജനനത്തെക്കുറിച്ചുള്ള ഭാരതകഥയിലും കാണാമല്ലോ-അവിടെയും സന്ദേശഹരൻ പക്ഷി തന്നെയാണെന്നത് ശ്രദ്ധേയവുമാണ്.

ഇതേ പ്രാകൃതസങ്കല്പം തന്നെയാണ് കുന്ദ കാറ്റിൽക്കൂടി ഗർഭോല്പാ ദനം നടക്കുന്നതായി വർണ്ണിക്കുന്ന വിചിത്രകഥകളുടെ അടിസ്ഥാനം. ന്യൂഗിനിയയിലെ ഒരു പ്രാകൃതവർഗ്ഗം കാറ്റിന്റെ ഗതിവിഗതികളാണ് സന്തത്യുല്പാദനത്തിന് കാരണമെന്നു വിശ്വസിക്കുന്നതായി മാർഗരറ്റ് മിഡ് അവരുടെ ഒരു ഗ്രന്ഥത്തിൽ പ്രസ്താവിച്ചിരിക്കുന്നത് ഓർമ്മയിൽ വരുന്നു. വായുവും അഗ്നിയും എന്നപോലെതന്നെ മേഘവും. വൈദിക പൗരാണികചിന്തയിൽ ബീജാധാനത്തിന്റെ ചിഹ്നവും ഉപകരണവും ആയിത്തീരാറുണ്ട്. കാളിദാസന്റെ ഭാവന പറന്നു വന്നിരുന്നത് വൈദിക സങ്കല്പങ്ങളിലാണെന്നതിന്,

“ജാതം വംശേ ഭുവനവിദിതേ പുഷ്കരാവർത്തകാനാം
ജാനാമി ത്വാം പ്രകൃതിപുരുഷം കാമരൂപം മഘോനഃ”

എന്ന അനുസ്മരണം തന്നെ മതിയായ തെളിവാകുന്നു. വേദങ്ങളിലാ കട്ടെ-മേഘത്തെ മേഘങ്ങളിൽക്കൂടി പ്രത്യക്ഷപ്പെടുന്ന ഇന്ദ്രനെ- ഫെർട്ടി ലിറ്റിയുടെ പ്രതീകമായിട്ടേ വർണ്ണിക്കാറുള്ളൂ. ഇന്ദ്രന്റെ വാഹനമാണല്ലോ

5 Jones Madonno’s Conception through the ear.

മേഘം. അതിൽക്കൂടി അയാൾ ഭൂമിയെ മോഹനം ചെയ്യുകയും ഫലവതിയാക്കുകയും ചെയ്യുന്നു. ഈ ഋക്ക് ആശയം കൂടുതൽ വിശദമാക്കും:

യാതൊരു ക്ഷിപ്രദാനനായ വൃഷഭൻ മുക്രയിട്ടുകൊണ്ട്
ഔഷധികളെ ജലമാകുന്ന ഗർഭം ധരിപ്പിക്കുന്നുവോ,
ആ ബലവാനായ പർജ്ജന്യനോട് താങ്കൾ നേരിട്ടു പ്രാ-
ർത്ഥിക്കുക; ഈ വാക്കുകൾകൊണ്ട് സ്തുതിക്കുക;ഹവിസ്സു
കൊണ്ട് പരിചരിക്കുക-(1)
പർജ്ജന്യൻ പൃഥിവിയെ ജലംകൊണ്ട് രക്ഷിക്കുമ്പോൾ
കാറ്റ് ഊക്കിൽ വീശും; മിന്നലുകൾ പാറും;ഔഷധി
കൾ ഉയരും; അന്തരീക്ഷം ചോരും; ഭൂമി ഭുവന
ത്തിനെല്ലാം ഹിതയായിത്തീരും!(4)
ഭവാൻ നേരിട്ട് ഇരയ്ക്കുക;ഒ ഇടി മുഴക്കുക, ഗർഭം ധരിപ്പിക്കുക;
തണ്ണീർത്തേരിൽ ചുറ്റിനടക്കുക;തോൽത്തുരുത്തി കെട്ടി,
കമഴ്ത്തി നന്നായി വലിക്കുക-കുന്നും കുഴിയും സമനിരപ്പി
ലായിത്തീരട്ടെ-(7)
ഋഗ്വേദം മണ്ഡലം 5, സൂക്തം 83

എൻ.വി.കൃഷ്ണവാരിയരുടേതായ ഒരാധുനിക കവിതയിലും ഈ സിംബോളിസം ഉപയോഗപ്പെടുത്തിയിട്ടുള്ളതായി കാണാം.

"വന്നുപോയ് വർഷാദിമ പർജ്ജന്യമഹാവൃഷം
ഇന്നത്രേ ഭുവാം ധേനുവിന്നഭിസാരോത്സവം
...
തിരതാഴ്ന്നല്ലോ വിശ്വസൃഷ്ടിനാടകത്തിന്മേൽ
ധരയാം മഹാധേനു ഗർഭത്തെ ധരിച്ചല്ലോ"

അനാവൃഷ്ടികൊണ്ട് ഊഷരമായിത്തീർന്ന അംഗരാജ്യത്തെ വൃഷ്ടികൊണ്ടനുഗ്രഹിക്കുവാൻ ഋശ്യംശൃംഗനെ ആകർഷിക്കുന്ന പൗരാണിക കഥയിലും അടിയൊഴുക്കായ സങ്കല്പം ഇതുതന്നെയാകുന്നു. വേശപ്പെൺകൊടികളാലനുയാതനായി ഋശ്യശൃംഗൻ അംഗത്തിലേയ്ക്കെത്തിച്ചേരുന്നു. വ്യാസൻ ആ ഭാഗം ചുരുക്കിയേ പറയുന്നുള്ളൂ.

"അന്തഃപുരത്തേയ്ക്കരചൻ കടത്തീ
വിഭണ്ഡകൈകാത്മജനെത്തരത്തിൽ
കണ്ടാനുടൻ ദേവനെപ്പോലെ വെള്ളം
ജഗത്തിങ്കൽ പൂർണ്ണമായിട്ടുമൊപ്പം"
ആരണ്യം-113

രാജകന്യകയെ നനക്കുന്നത് രാജ്യത്തെ നനക്കുന്നതിന് തുല്യമായി കാണുന്ന ഈ ഭാവന, ഇന്നും നശിച്ചിട്ടില്ലാത്ത

മന്ത്രവാദയുഗത്തിന്റേതാകുന്നു. മനുഷ്യന്റെ പുത്രോല്പാദനശക്തിയെ പ്രകൃതിയുടെ സസ്യോല്പാദനശക്തിയുമായി കൂട്ടിക്കുഴക്കുന്നു ഈ പ്രാക്തനവിചാരരീതി. അംഗരാജ്യത്തിൽ മഴപെയ്യിച്ച ഈ മുനി തന്നെയാണല്ലോ ദശരഥന് പുത്രകാമേഷ്ടിയുടെ ഉപദേഷ്ടാവും പ്രയോക്താവും ആയിത്തീരുന്നത്. പരിഷ്കാരത്തിന്റെ ആദിമഘട്ടങ്ങളിൽ കൃഷിക്ക് ഉപയുക്തമാക്കിത്തീർത്ത ആത്മീയശക്തി, മെരുക്കിയെടുക്കപ്പെട്ട ലൈംഗികശക്തി (libido)തന്നെ. സ്ത്രീയിൽമാത്രം ഉല്പാദനം നടത്തിയിരുന്ന ഓജസ്സ് ഭൂമിയിൽ ഉല്പാദനം നടത്തുമ്പോൾ അതൊരു സമൂഹസമ്പത്തായിത്തീരുന്നു.

ആസ്ത്രേലിയയിലെ ഒരു പ്രാകൃതജനവർഗ്ഗം കൃഷിപ്പണി തുടങ്ങുന്നതിനുമുമ്പ് പച്ചിലകളണിഞ്ഞ ഒരു കുഴിയെ ചുഴന്നിന്ന്, അതിൽ കുന്തങ്ങൾകൊണ്ട് കുത്തി ആർക്കുന്ന ഒരാചാരവിശേഷം യുങ് തന്റെ ഒരു ഗ്രന്ഥത്തിൽ വിസ്തരിക്കുന്നുണ്ട്. പ്രാകൃതമനുഷ്യന് ഭൂമി ഭാര്യതന്നെയാകുന്നു.

മനുഷ്യന്റെ ജീവശാസ്ത്രപരമായ പ്രവർത്തനങ്ങൾ പ്രകൃതിയിൽ പ്രക്ഷേപിക്കുന്ന(project) പ്രാക്തനമനോഭാവത്തെ കുറിച്ചാണ് നാം പറഞ്ഞുവന്നത്. മേഘത്തെ കുറിക്കുന്ന പദങ്ങളിൽ തുടങ്ങി അതിനെ സംബന്ധിക്കുന്ന പൗരാണികസങ്കല്പങ്ങളിൽ എല്ലാംതന്നെ ലൈംഗികആശയങ്ങളുടെ അടിയൊഴുക്കുകൾ കണ്ടെത്താൻ കഴിയും.

വിരഹിയായ യക്ഷൻ കാർക്കാലത്തിന്റെ ആദ്യദിനങ്ങളിൽ മേഘത്തെ കണ്ടെത്തുന്നു.

"മേഘമാശ്ലിഷ്ട സാനും
വപ്രക്രീഡാ പരിണതഗജ
പ്രേക്ഷണീയം ദദർശ"

അവൻ ഗജപ്രേക്ഷണീയനായിത്തീരുന്നത് ഇന്ദ്രന്റെ ഐരാവതമാകുകയാലാണ്.[6] ഈ ഭാവബന്ധം വൈദികയുഗത്തിലെ മേഘങ്ങളിലേക്കും മുമ്പുദ്ധരിച്ച വേദസൂക്തങ്ങളിലേക്കും നയിക്കുന്നു. വപ്രക്രീഡ, കൊമ്പുകുത്തിക്കളി, മാനസാപഗ്രഥനത്തിൽ ഏറ്റവും പരിചിതമായ ഒരു രതിപ്രതീകവുമാണ്. ആശ്ലിഷ്ടസാനും എന്ന വിശേഷണം ഈ ഭാവത്തിന് അധികം മിഴിവ് നൽകുന്നുണ്ട്.

മേഘത്തിന്റെ ആദ്യവും മുഖ്യവുമായ ഗുണം വർഷംതന്നെ, (മോഹനം) ഈ ധർമ്മം അനാദികാലം മുതൽക്കുതന്നെ അവൻ അനുഷ്ഠിക്കുന്നുണ്ട്. (ജാതം വംശേ.... പുഷ്കരാവർത്തകാനാം) പക്ഷേ, അവനുള്ള മറ്റൊരു സ്വഭാവം കവിയ്ക്കു മറക്കുക സാധ്യമല്ല.

6 ഐരാവതോ ഭ്രമാതംഗഃ എന്ന് അമരം. അഗ്രവാൽ ഇതുദ്ധരിക്കുന്നു.

പ്രകൃതിപുരുഷം കാമരൂപം മഘോനഃ (6)

അവൻ മഘവാവിന്റെ- ഇന്ദ്രന്റെ- കാമരൂപനായ പ്രകൃതിപുരുഷനാകുന്നു. കാമരൂപനെന്നാൽ ഇഷ്ടംപോലെ രൂപം മാറുന്നവനും കാമസ്വരൂപനെന്നും അർത്ഥം. പ്രകൃതിപുരുഷൻ ദൂതൻതന്നെ. കാമരൂപനായ കാമദൂതനാകുന്നു മേഘം. യക്ഷനു മാത്രമല്ല, ഇന്ദ്രനും. രാമന്റെ കാമദൗത്യവും വഹിച്ചുകൊണ്ട് ലങ്കയിലേയ്ക്കു പറന്ന ഹനുമാനും കാമരൂപനായിരുന്നുവല്ലോ.

മേഘത്തിന്റെ കാഴ്ച യക്ഷന്റെ മനസ്സിനെ അന്യഥാ വൃത്തിയാക്കിയതിനുള്ള പ്രധാന കാരണം നാം കണ്ടുകഴിഞ്ഞു എന്നു നാം കരുതുന്നു.

അവൻ പതുകെ വായുമാർഗ്ഗത്തിലുയരുകയാണ്. ഈ കാഴ്ചകണ്ട് പഥികയുവതികളുടെ കണ്ണു കുളിർക്കുക മാത്രമല്ല, ഗർഭാധാനനിമിഷത്തിന്റെ ഓർമ്മയിൽ വെള്ളിൽപറവകൾ അവനെ വളഞ്ഞു വെയ്ക്കുകയും ചെയ്യും. (ബാലാകാനാം നീലപയോദിസംചരേണ ഗർഭധാരണമിതി പ്രസിദ്ധിഃ വിദ്യുല്ലത) ഫെർട്ടിലിറ്റിയുടെ സങ്കല്പം കാവ്യത്തിൽ മറ്റിടങ്ങളിലും വിരളമല്ല.

"ത്വയ്യായത്തം കൃഷിഫലമിതി
ഭ്രൂവിലാസാനഭിജ്ഞൈഃ
പ്രീതി സ്നിഗ്ദ്ധൈർജ്ജനപദവധൂ
ലോചനൈഃ പീയമാനഃ"1-16
"കർത്തും യച്ച പ്രഭവതി മഹീം
ഉച്ഛിലിന്ധ്രാമവന്ധ്യാം."1-11

അതിഗംഭീരമായി വ്യാഖ്യാനിക്കപ്പെട്ടിട്ടുള്ള പേർത്തും പേർത്തും ഉദ്ധരിക്കപ്പെട്ടിട്ടുള്ള മറ്റൊരു വരിയിൽ മേഘത്തിന്റെ ഈ പ്രതീകഭാവം കുറെക്കൂടി സ്പഷ്ടമാകുന്നതാണ്.

"രിക്തഃസർവ്വോ ഭവതി ഹി ലഘുഃ
പൂർണ്ണതാ ഗൗരവായ"1-20

വാഗ്ഭടനെ അനുസരിച്ച് വൈദ്യശാസ്ത്രസംബന്ധിയായാണ് മല്ലിനാഥൻ ഈ വരി വ്യാഖ്യാനിക്കുന്നത്. ആദ്യം വമനശോധനയും പിന്നെ ലഘുതിക്തകഷായങ്ങളെക്കൊണ്ട് ബലലബ്ധിയും ആണത്രേ 'വാതപ്രകമ്പ'ത്തിനു ചികിത്സ. മേഘം കണ്ട വഴിക്കു പറന്നുപോകാതിരിക്കാൻ ഈ ചികിത്സ നന്ന്.

പൂർണ്ണസരസ്വതിയാകട്ടെ, ഇതിനു വിപരീതമായി സത്യത്തിന്റെ പുറമ്പോളകളെങ്കിലും സ്പർശിച്ചു കടന്നുപോകുന്നുണ്ട്.

അത്ര ച പുഷ്ടകാമുകോപഭോഗ്യായാഃ കസ്യാശ്ചിദ് ഗണികായാഃ നികൃഷ്ടകട്ടിനീവിഘ്നിതമപി നിജവൈദഗ്ധ്യാന്നിധുവനമനുഭ്രയ ഝടിത്യപസരതോ ജനൈരപരിച്ഛേദ്യ ഗഭീരവൃത്തേർവ്വിടസ്യ സമാധിരനുസംധേയാഃ- (വിദ്യുല്ലത) എല്ലാവർക്കും കാണാവുന്നതെങ്കിലും സന്മാർഗ്ഗബന്ധങ്ങൾ കൊണ്ടു മറയ്ക്കപ്പെട്ടതാണ് അബോധചിത്തവൃത്തികൾ എന്ന മാനസാപഗ്രഥനത്തിന്റെ തത്ത്വം ഇത്രയും ഭംഗിയോടെ ഉദാഹരിക്കുന്ന സന്ദർഭങ്ങൾ അപൂർവ്വമാണ്. ഇവിടെ വെച്ചെങ്കിലും മേഘത്തിന്റെ പ്രതീകസ്വഭാവത്തിലേയ്ക്ക് ഉൾക്കാഴ്ച കിട്ടാൻ വായനക്കാർക്ക് വിഷമമുണ്ടാകുകയില്ല എന്നു തീർച്ചയാണ്. അതിനു പരോക്ഷമായ ആചാര്യസമ്മതി കൂടിയുണ്ടെന്നു കാണിക്കുവാനാണ് 'വിദ്യുല്ലത' ഉദ്ധരിച്ചത്.

പൂർവ്വമേഘത്തിലെ ഇരുപത്തെട്ടാം ശ്ലോകത്തിൽ മല്ലിനാഥനാണ് ഈ പ്രതീകത്തെ അകലെ നിന്നെങ്കിലും കാണുന്നത്.

"വീചിക്ഷോഭസ്തനിതവിഹഗ
ശ്രേണി കാഞ്ചീഗുണായാഃ
സംസർപന്ത്യാഃ സ്ഖലിതസുഭഗം
ദർശിതാവർത്തനാഭേഃ
നിർവ്വിന്ധ്യായാഃ പഥി ഭവ രസാഭ്യന്തരഃ
സന്നിപത്യ;..."

സന്നിപത്യ, സംഗമ്യ എന്നർത്ഥം പറഞ്ഞിട്ട് സഞ്ജീവനി രസത്തിന്റെ ശ്ലേഷത്തിലേയ്ക്ക് കടക്കുന്നു. രസമെന്നാൽ ജലമെന്നും ശൃംഗാരാദി രസമെന്നും. പക്ഷേ, ആചാര്യൻ ഉദ്ധരിക്കുന്ന ശബ്ദാർണ്ണവം ഇത്രയും കൂടി പറയുന്നു:

"ശൃംഗാരാദൗ വീര്യേ... ആസ്വാദേ ച രസം പ്രാഹുഃ" വീര്യം രേതസ്സു തന്നെ. സൂചിതമാകുന്നതോ സാമാന്യമായ രസാസ്വാദവും.

രസത്തിനുള്ള ഈ അർത്ഥവിശേഷം യാദൃച്ഛികമല്ല. ഔപനിഷദ്ദും പൗരാണികവുമായ ഭാവനയുടെ ഭാഗം തന്നെയാകുന്നു. പ്രകൃതിയുടെ രേതസ്സാണല്ലോ ജലം. ഒന്നിലധികം ഉപനിഷത്തുക്കൾ ഈ ആശയം ആവർത്തിക്കുന്നുണ്ട്.

പ്രകൃതിശക്തികൾ ഈശ്വരന്റെ അനുവാദത്തോടെ മനുഷ്യശരീരത്തിൽ പ്രവേശിച്ച കഥ വിസ്തരിക്കുന്ന ഐതരേയസൂക്തത്തിൽ "അപ്പുകൾ രേതസ്സായിതീർന്നു ശിശ്നത്തിൽ പ്രവേശിച്ചു"എന്നുപറയുന്നുണ്ട്- ആപഃരേതഃ ഭൂത്വാ ശിശ്നം ആവിശൻ- മനുഷ്യനിലെന്നപോലെ പ്രകൃതിയിൽ ജീവനജലം സൂക്ഷിക്കുന്നതു മേഘമാകുന്നു.

III

മേഘം അതിപ്രാചീനവും സർവ്വജനീനവും ആയ ഒരു പുരുഷലിംഗപ്രതീകമാണെന്നും രസാഭ്യന്തരത്വവും കാമരൂപത്വവും സന്ധ്യാധാനക്ഷമതയും ആണ് ഈ അബോധസങ്കല്പത്തിനു കാരണങ്ങളെന്നും ഇത്രയുംകൊണ്ട് സ്പഷ്ടമാകും എന്നാണെന്റെ വിശ്വാസം. സാമാന്യപരിചയത്തിനു വിപരീതമായി, ഭൂമിയുടെ ആകർഷണത്തെ അതിലംഘിച്ചു യരുക എന്നത് മറ്റൊരു സാദൃശ്യമാകുന്നു. കവിയുടെ ബോധാതീതവും വ്യക്ത്യതീതവുമായ മനോമണ്ഡലങ്ങളിൽ മയങ്ങിക്കിടന്നിരുന്ന ഈ ഭാവബന്ധങ്ങൾ മേഘസ്വീകരണത്തിന് അദ്ദേഹത്തെ പ്രേരിപ്പിച്ചുവെന്നു കൂടായ്കയില്ല.

കാളിദാസപ്രതിഭയ്ക്ക് തുല്യമായി മറ്റൊന്നില്ല എങ്കിലും മനുഷ്യമനസ്സ് എവിടെയും ഉള്ളിന്റെ ഉള്ളിൽ ഏകരൂപമാണ് എന്ന വാസ്തവത്തിനു കവിപൂജ ഒരാവരണമായിക്കൂടാ.

ഒന്നാംലോകമഹായുദ്ധകാലത്ത് ഷെൽഷോക്കു തട്ടിയും മറ്റും ഭ്രാന്തരായിത്തീർന്ന, കാന്താവിരഹികളായ യൂറോപ്യൻ പടയാളികളെ പിന്നീട് പ്രഖ്യാതരായിത്തീർന്ന പല മാനസികാപഗ്രഥയിതാക്കളും പരിശോധിക്കുകയും ചികിത്സിക്കുകയും ചെയ്തിട്ടുണ്ട്. അപഗ്രഥനസമയത്ത് ഉയർന്നുവന്ന ലിംഗചിഹ്നങ്ങളിൽ പറക്കുന്ന വിമാനങ്ങളും ബലൂണുകളും പക്ഷികളും തന്നെയായിരുന്നു പ്രധാനമായവ. സ്വപ്നദ്രഷ്ടാവുതന്നെ പറക്കുന്ന, സാർവ്വത്രികവും സാർവ്വകാലികവും ആ. പ്രതീകത്തിനു പുറമെയായിരുന്നു ഇവയുടെ വരവ്. ഉയരലും പറക്കലും തന്നെ അവയുടെ സാദൃശ്യം- കാളിദാസമേഘമാകട്ടെ വർഷിക്കുകയും ഭൂമിയെ സസ്യസമൃദ്ധമാക്കുകയും ചെയ്യുന്ന കാമരൂപനാണ്. മാത്രമല്ല, ഒരു ജനവർഗ്ഗത്തിന്റെ മുഴുവൻ സ്വത്തായിക്കഴിഞ്ഞ ലൈംഗികപ്രതീകം കൂടിയാകുന്നു അത്. പടക്കളത്തിലും തടവുമുറിയിലും തുലയുന്ന അല്പജീവികളാകുമ്പോൾ ഈ ലൈംഗികഭാവന കുറച്ചുമാത്രം മാനസികവും അധികവും ശാരീരികവുമായി അധഃപതിക്കുന്നു. കാളിദാസനിലാകട്ടെ ദൃശ്യപ്രപഞ്ചത്തെ മുഴുവൻ ഒരു സർഗ്ഗാത്മകകാവ്യമാക്കി മാറ്റുന്ന ഒരു കലാവിരുതായി ഈ ഭാവന പൂവണിയുകയാണ് ചെയ്യുന്നത്.

കാലവും മരണവും ജീവിതവും

കലയുടെ ആദ്യവും പ്രധാനവുമായ പ്രയോജനം സൗന്ദര്യദർശനം തന്നെ, സംശയമില്ല. അതുകൊണ്ട് ഈ ദർശനം കൂടുതൽ സൂക്ഷ്മവിശദവും അതിന്റെ പരിധികൾ കൂടുതൽ അഗാധവിസ്തൃതവും ആക്കുകയായിരിക്കണം യഥാർത്ഥമായ നിരൂപണത്തിന്റെ ലക്ഷ്യം. പക്ഷേ, സൗന്ദര്യത്തെക്കുറിച്ചുള്ള ബോധം, ഏതു നിർവചനമനുസരിച്ചും ആത്മീയമായ --ആധുനികഭാഷയിൽ മാനസികമായ-ഒരനുഭൂതിവിശേഷം തന്നെ. താരതമ്യേന പുതുതായ ആത്മാവിന്റെ ശാസ്ത്രം, സൈക്കോളജി, ചിലപ്പോഴെങ്കിലും നിരൂപണത്തെ സഹായിക്കുന്ന ഒരു ഘടകമായിത്തീരുന്നത് ഇതുകൊണ്ടാണ്. രൂപബോധത്തെക്കുറിച്ചുള്ള 'ഗെസ്റ്റാൾട്ട്' തത്ത്വങ്ങൾ ആധുനികചിത്രങ്ങളുടെ ആസ്വാദനത്തിന് സഹായകമായിട്ടുള്ളത് ഇതിനൊരുദാഹരണമാണ്. ലിയൊനാർഡോ ഡാവിഞ്ചിയെക്കുറിച്ച് ഫ്രോയ്ഡിന്റെ പഠനവും *ഹാംലെറ്റിന്റെ* രഹസ്യത്തെക്കുറിച്ച് ഏണസ്റ്റ് ജോൺസിന്റെ പഠനവും പാശ്ചാത്യനിരൂപകരുടെ ഇടയിലെങ്കിലും സുപരിചിതമായിക്കഴിഞ്ഞിരിക്കുന്നു. മൗലികങ്ങളായ, സാർവലൗകികങ്ങളായ [illegible] ങ്ങളുടെയും അവയുടെ വിചിത്രസമ്മേളനങ്ങളിൽ നിന്നുളവാകുന്ന കോംപ്ലക്സുകളുടെയും അടിയൊഴുക്കുകളാണ് അനന്തവൈവിധ്യമുള്ള കലാസൃഷ്ടികളുടെ 'രൂപരസവർണ്ണ'ങ്ങളെ നിയന്ത്രിക്കുന്നത് എന്നതാകുന്നു മനഃശാസ്ത്രത്തിന്റെ അനുസന്ധാനത്തിൽ നിന്നു കിട്ടുന്ന അറിവ്.

കാലം, മരണം, ജീവിതം എന്നീ ആശയങ്ങൾ വിഷയമാക്കിയുള്ള ചില കവിതകളെ അടിസ്ഥാനപ്പെടുത്തി, ജി.യുടെ കവിതയ്ക്കുള്ള മൗലികമായ ഒരു പ്രവണത, അതിൽ ഒളിഞ്ഞും തെളിഞ്ഞും കാണുന്ന സാഡോ-മസോക്കിസ്റ്റുഭാവന, ചൂണ്ടിക്കാണിക്കുക മാത്രമാകുന്നു ഈ ലേഖനത്തിന്റെ ഉദ്ദേശ്യം.

ഹാവലോക് എല്ലിസിന്റെ വിഖ്യാതമായ ലൈംഗികപഠനങ്ങളിൽ ക്കൂടിയെങ്കിലും സാഡിസത്തിന്റേയും മസോക്കിസത്തിന്റേയും അത്ഭുത കരങ്ങളായ സ്വരൂപവിശേഷങ്ങൾ ഈ ഗ്രന്ഥത്തിന്റെ വായനക്കാർ അറിഞ്ഞുകാണും. പരപീഡനത്തിൽക്കൂടിയും ആത്മപീഡനത്തിൽ ക്കൂടിയും രതിസംതൃപ്തിയടയുവാനുള്ള അഭിലാഷങ്ങളാണ് ഈ രണ്ടു 'വൈകൃത'ങ്ങളിലും ഉള്ളത് എന്ന് മൊത്തത്തിൽ പറയാം. ദന്തക്ഷത ങ്ങളും നഖക്ഷതങ്ങളും ആർഷവിധിപ്രകാരം ഏല്ക്കുകയും ഏല്പിക്കുകയും ചെയ്തുവരുന്ന ഭാരതീയർക്കു ഇതിൽ വൈകൃതമെന്നല്ല, പുതുമ പോലും കാണുക വിഷമം. വാസ്തവത്തിൽ, ഫ്രോയ്ഡ് ഒരിടത്തു സ്പഷ്ടമാക്കി യിട്ടുള്ളപോലെ, ഇവ നാടൻ അളവുകളിൽ ഒതുങ്ങിനിൽക്കുമ്പോൾ വൈകൃതങ്ങളേയല്ല; കാളിദാസന്റെ ഉജ്ജ്വലഭാവന *കുമാരസംഭവ* ത്തിലും *ശാകുന്തള*ത്തിലും *മേഘസന്ദേശ*ത്തിലും കാണിച്ചുതരുന്നവിധം മനുഷ്യന്റെ ശൃംഗാരവിരുന്നു വിഭവസമൃദ്ധമാക്കുന്ന അതുല്യസിദ്ധികൾ തന്നെയാകുന്നു. എങ്കിലും ഇതേ മനോഭാവങ്ങൾ ആത്മാവിനെ ഗ്രസി ച്ചുകൊണ്ടു വളരുമ്പോൾ അവയ്ക്കിരയായിത്തീരുന്ന വ്യക്തി ജയിലിലോ ഭ്രാന്താലയത്തിലോ കഴുമരത്തിലോ ചെന്നുകയറിയെന്നും വരാം. പ്രകൃ തിയുടെ വിനോദമാകുന്നു ഇത്.

മറിച്ച്, ഇതേ മാനസഭാവങ്ങൾ പരദുഃഖത്തിന്റെ കരിശ്ശൂച്ചുമക്കാൻ നിങ്ങളെ ശക്തനാക്കിയെന്നും വരാം. അപ്പോൾ ലോകോദ്ധാരകനായ പ്രവാചകനായിത്തീരുന്നു നിങ്ങൾ! നിങ്ങളുടെ സാഡിസം 'ഉണക്കുന്ന കത്തി'യിൽക്കൂടി പ്രവഹിക്കുമ്പോൾ വേദനകളുടെ കഴുത്തറുക്കുന്ന മഹാനായ ഒരു സർജ്ജനെ ജനങ്ങൾ കൊണ്ടാടുന്നു. നിങ്ങളുടെ മസോക്കിസം 'വേദനിക്കുന്ന ആത്മാവി'ന്റെ കഥയും കവിതയുമൊ ക്കെയായി മാറുമ്പോൾ ഉള്ളിന്റെ ഉള്ളിനെ തൊടുകയും ഇളക്കുകയും ഉരുക്കുകയും ചെയ്യുന്ന ആ സാഹിത്യകാരനെ സഹൃദയന്മാർ അഭിന ന്ദനം കൊണ്ടു ശ്വാസംമുട്ടിക്കുകയും ചെയ്യുന്നു.

ഒരു കവിയുടെ കവിതകളിൽ മസോക്കിസത്തിന്റേയോ സാഡിസ ത്തിന്റെയോ നിഴലുകളുണ്ടെന്നു പറയുമ്പോൾ അതു ഒരുവിധത്തിലും ഒരു വിലയിരുത്തലല്ല, മൂല്യബന്ധമൊന്നുമില്ലാത്ത വെറുമൊരു വാസ്തുകഥനം മാത്രമാകുന്നു.

ഈ ലേഖനം എഴുതാൻ ഒരുങ്ങിക്കഴിഞ്ഞതിനുശേഷം *മുത്തും ചിപ്പിയും* എന്ന പ്രബന്ധസമാഹാരത്തിലെ 'നിമിഷം' ഞാൻ വീണ്ടു മൊന്നു വായിക്കാനിടയായി. 'എനിക്കേറ്റവും ഇഷ്ടപ്പെട്ട കവിത'യെന്ന വിഷയത്തെക്കുറിച്ചു ആകാശവാണിക്കു വേണ്ടിയെഴുതിയ ഒരു പ്രക്ഷേ പണപ്രസംഗമാകുന്നു ഈ ഉപന്യാസം. ആ പേരിലുള്ള കവിതയ്ക്കു ലഭിച്ച

അസാധാരണമായ അഭിനന്ദനാവഹേളനങ്ങളല്ല തനിക്കതിനോടുള്ള പ്രത്യേക പ്രതിപത്തിക്കു കാരണമെന്നെടുത്തു പറഞ്ഞിട്ട് കാലമെന്ന തത്ത്വം, വിചാരശീലരായ മറ്റെല്ലാ മനുഷ്യരേയുമെന്നപോലെ തന്നെയും ആദ്യംമുതൽക്കെ ചിന്താധീനനാക്കിയിരുന്നുവെന്നും, 'നിമിഷ'ത്തിന്റെ നിർമ്മാണത്തോടെ താൻ ഈ മഹത്വത്തെ ജീവിതത്തോടിണക്കിക്കഴിഞ്ഞുവെന്നും അതാണ് തനിക്കതിനോടുള്ള സവിശേഷമായ പക്ഷപാതത്തിനു കാരണമെന്നും ജി. ഇതിൽ വ്യക്തമാക്കുന്നു. കവിജീവിതത്തിലെ അതിപ്രധാനമായ ഒരു ആശയധാരയുടെ, അസ്പഷ്ടമെങ്കിലും അതീവ ശ്രദ്ധേയമായ സൂചനകൾ ഉൾക്കൊള്ളുന്ന ഒന്നാകുന്നു ഈ ലേഖനം.

ജീവിതത്തെ മരണത്തിൽ കൊണ്ടുചെന്നെത്തിക്കുകയും പുതിയ ജീവിതത്തിന്റെ നാമ്പുകൾ കിളിർപ്പിക്കുകയും ചെയ്യുന്ന കാലം മരണം തന്നെയാകുന്നു, കവിതാമയമായ പ്രാക്തനചിന്തയിൽ. പകലിരവുകളിൽക്കൂടിയും ഋതുപ്പകർച്ചകളിൽക്കൂടിയും മരിച്ചും വീണ്ടും ജനിച്ചും കൊണ്ടിരിക്കുന്ന പ്രപഞ്ചത്തിന്റെ ഗതിയാണല്ലോ കാലം. 'ഉദയചരമാ'ർക്കന്മാർ ഈ വിചാരഗതിയുടെ സൂചനയാണ്. ഒരിക്കലും ആവർത്തിക്കാത്തതും ശവക്കുഴിയിലെ മരവിപ്പിൽ അവസാനിക്കുന്നതുമായ ജീവിതാന്ത്യത്തിന്റെ നിർദ്ദയത്വത്തെക്കുറിച്ച് പ്രാചീനമനുഷ്യർക്കോ ആധുനികശിശുക്കൾക്കോ സ്പഷ്ടമായ ബോധമില്ല എന്നു നരവംശശാസ്ത്രവും മനഃശാസ്ത്രവും തെളിയിച്ചുകഴിഞ്ഞിട്ടുണ്ട്. പിരമിഡുകളിലെ സന്നാഹങ്ങൾ ഫാറോവമാരുടെ പിൽക്കാലജീവിതത്തിനുള്ള ഒരുക്കങ്ങളാണല്ലോ. മോഹൻജോദാരോവിലെ മനുഷ്യൻ മരിച്ചവർക്കായി ധാന്യങ്ങൾ കരുതിവെച്ചിരുന്നതും കണ്ടെടുത്തിട്ടുണ്ട്. കേരളീയരുടെ സംസ്കാരച്ചടങ്ങുകളിൽ പരേതാത്മാക്കളെ കുളിപ്പിച്ചു കുറിതൊടുവിച്ച് കോടിയുടുപ്പിച്ചാണല്ലോ പരലോകത്തേയ്ക്കു യാത്രയാക്കുക! മരിച്ചവർ, സ്വപ്നത്തിൽ (മറ്റൊരു ലോകത്തിൽ) പ്രത്യക്ഷപ്പെട്ടുകാണുന്നത് ഈ പ്രാചീനഭാവനകളുടെ കാരണങ്ങളിലൊന്നായി കരുതപ്പെടുന്നു.

ശൈശവമനസ്സിലും മൃത്യു താരതമ്യേന ഭയരഹിതവും അയഥാർത്ഥവുമായ രൂപങ്ങളിലാണ് പ്രത്യക്ഷപ്പെടുക പതിവെന്നു സിഗ്മണ്ഡ് ഫ്രോയ്ഡ്, സംശയംകൂടാതെ സ്ഥാപിച്ചിട്ടുണ്ട്. (Interpretation of dreams) "അച്ഛൻ ചത്തെങ്കിൽ ചാകട്ടെ; പുള്ളിക്ക് രാത്രി ഉണ്ണാൻ വന്നാലെന്താണ്?'' എന്നാവലാതിപ്പെടുന്ന ഒരു പുത്രന്റെയും അമ്മ ചാകുമ്പോൾ സ്റ്റഫ് ചെയ്ത കാഴ്ചബംഗ്ലാവിൽ സൂക്ഷിക്കണമെന്നാഗ്രഹിക്കുന്ന മാതൃസ്നേഹിയായ മറ്റൊരു ബാലന്റേയും കഥകൾ അദ്ദേഹം ഉദാഹരിക്കുകയും ചെയ്യുന്നുണ്ട്.

മനുഷ്യവ്യക്തിയും മനുഷ്യവർഗ്ഗവും മുതിരുന്തോറും, ആത്മബോധം

നേടുന്തോറും മരണം ഭയാനകവും സർവശക്തവും ആയ ഒരുഗ്രസത്യമായി അനുഭവപ്പെട്ടുതുടങ്ങുന്നു. പൗരാണിക കഥകളിൽ ബാലിശവും കൗമാരവും ആയ സങ്കല്പങ്ങളുടെ കലർപ്പാണ് കാണുക. പൗരാണികങ്ങളായ സാങ്കൽപിക മൃഗങ്ങളും ഘോരരൂപന്മാപായ മനുഷ്യേതര മനുഷ്യരും മരണത്തെ പ്രതിനിധാനം ചെയ്യുന്നു. കാലന്റെ പോത്ത് നമുക്കടുത്തു പരിചയമുള്ള മൃഗങ്ങളിലൊന്നാണല്ലോ. ക്രൂരവും സൗമ്യവുമായ രണ്ടു വ്യക്തിത്വങ്ങളോടു കൂടിയ ധർമ്മരാജാവ് മരണത്തിന്റെ നേരെ മനുഷ്യനുള്ള മിശ്രവികാരങ്ങൾ സൂചിപ്പിക്കുന്നുണ്ട്.

സ്വപ്നലോകത്തിലാകട്ടെ, വായ പിളർന്നടുക്കുന്ന സർപ്പമായി, നീണ്ടുനീണ്ട യാത്രയായി, ഈ ബോധം രൂപംകൊള്ളുമെന്നും പലവുരു തെളിയിച്ചിട്ടുണ്ട്.

കാവ്യങ്ങൾ, മനുഷ്യാത്മാവിന്റെ ആവിഷ്കാരം തന്നെയാകുകകൊണ്ട്, അവയിലും മരണത്തെയും കാലത്തെയും കുറിക്കുവാൻ പലപ്പോഴും ഈ പഴയ പ്രതിരൂപങ്ങളും പഴയ ആശയധാരകളും ഉപയോഗിച്ചുവരുന്നു.

സാഹിത്യകൗതുകം മുതൽ *വിശ്വദർശനം* വരെ പരന്നുകിടക്കുന്ന ജി.യുടെ കാവ്യഗ്രന്ഥങ്ങളിൽ ഈ സങ്കല്പങ്ങൾ എങ്ങനെ രൂപം പൂണ്ടിരിക്കുന്നുവെന്നും അവയ്ക്കാസ്പദമായ മൗലികമാനസപ്രവണതകളെന്തെല്ലാമെന്നും ആരായുകയാണല്ലോ നമ്മുടെ ലക്ഷ്യം. മാനസികാപഗ്രഥനത്തിൽ നിന്നു കിട്ടുന്ന വെളിച്ചമാണ് ഈ അന്വേഷണത്തിനു മുഖ്യമായും മാർഗദർശനം ചെയ്തിട്ടുള്ളത്.

സാഹിത്യകൗതുകം രണ്ടാംഭാഗത്തിൽ കാലമഹാദ്രുമത്തിൽനിന്നു ദിവസപത്രങ്ങൾ കൊഴിഞ്ഞുകൊണ്ടിരിക്കുന്നതായും മനുഷ്യന്റെ ക്ഷണികച്ഛായകൾ അതിന്റെ ചുവട്ടിൽ ഇഴയുന്നതായും ഇവകൾ അവയെ മൂടുന്നതായും കണ്ടു വിഷാദിക്കുന്ന ഒരസംഫുല്ലഹൃദയത്തിന്റെ കോറലുകൾ ഉണ്ട്. കാലത്തെ ഒരു ഹിംസ്രസസ്യയായി സങ്കല്പിച്ചുകൊണ്ടു തുടങ്ങുന്ന ഈ കവിത പിന്നീട് *സാഹിത്യകൗതുകം* ഒന്നാം ഭാഗത്തിൽ എടുത്തുചേർത്തിട്ടുണ്ട്. ദിവസങ്ങൾ എങ്ങനെ സ്വയം നശിച്ചു കാലത്തെ വളർത്തുന്നു എന്നു കാണിക്കുവാനായിരിക്കണം കവി വൃക്ഷത്തിന്റെ ചിത്രം സ്വീകരിച്ചിട്ടുള്ളത്. എങ്കിലും അദ്ദേഹത്തിന്റെ മനസ്സിൽ തിങ്ങിനിൽക്കുന്നത് കാലത്തിന്റെ ഈ സ്വഭാവമല്ല, അതിന്റെ സർവ്വസംഹാരകത്വം തന്നെയാണ്.

"തൻ നിഴൽപാട്ടിൽ വരുന്ന വൃക്ഷങ്ങളെ-
ത്തന്നിരയാക്കുന്ന കാലവൃക്ഷം
എൻ ചുട്ടുചോരയും പുത്തൻ ദിനത്തിന്റെ
ചെഞ്ചുണ്ടിൽ കണ്ടേക്കാം നാളെ നിങ്ങൾ!"

അവസാനത്തെ വരിയിലെത്തുമ്പോഴേയ്ക്കും കവിതയിലെ ഇമേജറി പെട്ടെന്നു മാറുകയും അതിനു ഒരു ഹിംസ്രജന്തുവിന്റെ രൂപം കിട്ടുകയും ചെയ്യുന്നതായി സൂക്ഷിച്ചാൽ കാണാം. സ്വരക്തംകൊണ്ടു കവി ആ ജന്തുവിന്റെ ചുണ്ടുകൾക്ക് ചായക്കൂട്ടിടുന്നതും നോക്കുക! തന്റെ രക്തം കൊണ്ടും കണ്ണുനീരു കൊണ്ടും വേദനകൊണ്ടും കവിതയ്ക്കു നിറം പിടിപ്പിക്കുന്ന ഈ രീതി മറ്റു പല കവികളിലുമെന്നപോലെ ജി.യിലും സ്പഷ്ടമാകുന്നു. ഈ ആശയം നമുക്കു പിന്നീടു പിന്തുടരേണ്ടതുണ്ട്.

കാലത്തിന്റെ(മരണത്തിന്റെ) ഭയാനകത്വത്തെക്കുറിച്ചുള്ള ഈ സമ്പൂർണ്ണബോധത്തിലും കവി സ്വയം മരണത്തെക്കുറിച്ച് ഉദാസീനമായോ സുഖകരമായിത്തന്നെയോ ഓർക്കുന്നതായാണ് ഈ വരികൾ സൂചിപ്പിക്കുന്നത്.

"എൻ ചുടുചോരയും പുത്തൻദിനത്തിന്റെ
ചെഞ്ചുണ്ടിൽക്കണ്ടേക്കാം നാളെ നിങ്ങൾ!"

നമ്മുടെ അന്വേഷണം ഇവിടെനിന്നു തുടങ്ങുന്നു.

ഫ്രോയ്ഡ്, സാഡ്ഗർ, സ്റ്റിക്കൽ(Freud, Sadger, Stekel)എന്നീ മാനസികാപഗ്രഥയിതാക്കൾ മരണത്തിനും രതിക്കും തമ്മിലുള്ള ആത്യന്തികമായ അടുപ്പം അവരുടെ നിരവധി രോഗചരിത്രങ്ങളിൽക്കൂടി തെളിയിച്ചിട്ടുണ്ട്. ഫ്രോയ്ഡ്, തന്റെ ശാസ്ത്രജീവിതത്തിന്റെ ആദ്യഘട്ടങ്ങളിൽ തികഞ്ഞ ഒരാനന്ദവാദി(Hedonist)യായിരുന്നുവെങ്കിലും രോഗമുള്ളവരും അല്ലാത്തവരുമായ അസംഖ്യം ജനങ്ങളുടെ സബോധാബോധമാനമണ്ഡലങ്ങളുടെ പഠനങ്ങളിൽനിന്നു വേദനയ്ക്കു മനുഷ്യജീവിതത്തെ നിയന്ത്രിക്കുന്നതിലുള്ള ശക്തി അദ്ദേഹത്തിനധികമധികം ബോധ്യപ്പെട്ടുകയുണ്ടായി. ജീവിക്കാനെന്നപോലെ മരിക്കുവാനുമുള്ള അഭിലാഷം ജീവികളിൽ ആത്മലീനമാണെന്നദ്ദേഹം അസ്വാസ്ഥ്യത്തോടെ കണ്ടെത്തി. എല്ലാ ജീവിതവും ജഡപദാർത്ഥത്തിന്റെ വികാരമാകയാൽ, തൊല്ലയില്ലാത്ത അചേതനാത്വത്തിലേയ്ക്കു മടങ്ങിച്ചെല്ലുവാൻ, ശരീരത്തിന്റെ സെല്ലുകളിലോരോന്നും വെമ്പിക്കൊണ്ടിരിക്കുന്നുവെന്നത്രേ ഫ്രോയ്ഡ് ഈ പ്രവണതയ്ക്കു കൊടുത്ത താത്ത്വികവ്യാഖ്യാനം. ഇളകിക്കൊണ്ടിരിക്കുന്ന വസ്തുക്കൾ സുസ്ഥിരാവസ്ഥയിലേയ്ക്കു(equilibrium) കുതിക്കുന്നതുപോലത്തെ ഒരു രീതിവിശേഷമാകുന്നു ഇത്. പ്രാണികളിൽ, മനുഷ്യരിൽ ഉള്ള ഈ രണ്ട് ആഭ്യന്തരശക്തികളെ, ഗ്രീക്കുദേവന്മാരെ അനുസ്മരിച്ച്, 'ഈറോസെ'ന്നും 'താനത്തോസെ'ന്നും (Eros and Thanatos) ഫ്രോയ്ഡ് പേരിട്ടു വിളിക്കുകയും ചെയ്തു. കേൾക്കുമ്പോൾ ബഡായി ആയിത്തോന്നുന്ന ഈ സിദ്ധാന്തം വാസ്തവത്തിൽ നമുക്കും അത്ര അപരിചിതമല്ല.

ഈ കവികളെ നിങ്ങൾക്കു പരിചയം കാണും.

"മരണം പ്രകൃതിഃ ശരീരിണാം
വികൃതിർജ്ജീവിതമുച്യതേ ബുധൈഃ"
"നിശ്ചലമൂതിയിൽ നിന്നാണു ജീവിതമെല്ലാം
നിച്ചിലുമുണ്ടാകുന്നതതിലേ ലയിക്കുന്നു."
ഇതിൽ രണ്ടാമത്തെയാൾ ജി.ശങ്കരക്കുറുപ്പാകുന്നു.
(മറ്റൊരു നചികേ തസ്സ്)

ഉണർന്നിരിക്കുമ്പോൾ ഉറങ്ങാനുള്ള താല്പര്യം എത്രത്തോളം സ്വാഭാവികമാണോ അത്രത്തോളംതന്നെ ജീവിച്ചുകൊണ്ടിരിക്കുമ്പോൾ നിത്യസുഷുപ്തിയ്ക്കുള്ള അഭിലാഷവും സഹജമാണെന്നു വിശ്വസിക്കുവാൻ നമുക്ക് വിഷമം തോന്നുന്നത് അത്ഭുതകരമാണ്, ('യോഗം' മരണത്തെ ഇച്ഛാനുവർത്തിയാക്കുവാനുള്ള മഹായത്നമാണെന്ന്, വലിയൊരു പഠനത്തിനു ശേഷം ആർതർ കെസ്ലർ ഇയ്യിടെ അഭിപ്രായപ്പെടുകയുണ്ടായി. എൻകൗണ്ടർ).

ഈ മൃത്യുവാഞ്ഛ(death-wish) അബോധലോകത്തിൽ നിങ്ങളെ സമീപിക്കുന്നത് യാത്രയുടെയോ, കഴുകന്റെയോ, പാമ്പിന്റെയോ, ഡ്രാഗണിന്റെയോ, പക്ഷികളുടെയോ രൂപത്തിലാവും. യാത്ര ഒരു മൃത്യുചിഹ്നമാണെന്നു ഇന്ത്യക്കാരെ പറഞ്ഞറിയിക്കേണ്ടതില്ല. പരമാത്മാവിലേയ്ക്കുള്ള ദീർഘയാത്രയിൽ ഐഹികജീവിതത്തിന്റെ വഴിയമ്പലത്തിൽ സമ്മേളിക്കുന്ന പാന്ഥരാണല്ലോ ഭൂമിയിലെ ജീവാത്മാക്കൾ! "എന്നെ അങ്ങോട്ട് വിളിക്കണേ!" എന്ന് അന്തിക്കിരുന്നു മുറവിളികൂട്ടുന്ന മുത്തശ്ശിക്കു ഈ മഹത്തായ മൃത്യുരഹസ്യമറിയാം. സ്വപ്നങ്ങളിൽ ദീർഘയാത്രകൾ നിയമേന ഒരു മൃത്യുപ്രതീകമാകുന്നു. പറക്കുന്ന പക്ഷികളും പലപ്പോഴും മരണത്തിന്റെ സിംബലുകൾ തന്നെ! പക്ഷേ, ഇത് രണ്ടും. യാത്രയും പക്ഷിയും. അതിസാധാരണങ്ങളായ രതിപ്രതീകങ്ങളും കൂടിയാണെന്നറിയുമ്പോൾ ജീവിതമൃത്യുവാസനകളുടെ പരസ്പര സംപൃക്തതയുടെ സൂചനകൂടി നമുക്കു ലഭിക്കുന്നു. യാത്രയുടെ ചലനസ്വഭാവവും ഭൂമിയുടെ ആകർഷണത്തെ അതിജീവിക്കുവാനുള്ള പക്ഷികളുടെ കഴിവുമാണ് അവയെ ലൈംഗികചിഹ്നങ്ങളാക്കുന്നതെന്നൂഹിക്കപ്പെടുന്നു. (ആധുനികമനുഷ്യന്റെ സ്വപ്നങ്ങളിൽ ആകാശവിമാനവും ഈ ആശയം പ്രതിനിധാനം ചെയ്തു തുടങ്ങിയിരിക്കുന്നു!)

Traffic എന്ന ആംഗലപദത്തിന് ഇംഗ്ലീഷ് ഭാഷയിൽ യാത്രയേയും സംഭോഗത്തേയും കുറിക്കുന്ന അർത്ഥങ്ങളുണ്ട്. (ഉദാ: Immoral traffic) സംസ്കൃതത്തിലെ 'ഗമ്' ധാതുവിനും ഈ 'സിദ്ധിവിശേഷം' കാണാം (ഉദാ: പരതല്പഗമനം)

മരണവും അതിന്റെ നേർവിപരീതമായ രതിയും തമ്മിൽ ഇങ്ങനെ കൂട്ടിക്കുഴയുവാനുള്ള കാരണങ്ങളെന്തെന്നു മുഴുവനും തെളിയിക്കപ്പെട്ടിട്ടില്ല. ഈഡിപ്പസ് കോംപ്ലക്സ് (അതിവിടെ വിസ്തരിക്കേണ്ടതില്ല) ഈ സങ്കല്പത്തിന് ഒരു മുഖ്യകാരണമെന്നത്രേ ഊഹം. മകനു അമ്മയെ പ്രാപിക്കുവാനുള്ള ദൃഢമായ രണ്ടു മാർഗ്ഗം അച്ഛന്റെ മരണമോ തന്റേയും അമ്മയുടെയും കൂട്ടായ മരണമോ മാത്രമാകുന്നു. പരലോകത്തിൽ അലട്ടലുകളൊന്നുമില്ലല്ലോ! അങ്ങനെ മൃത്യുവാഞ്ഛ ശൈശവത്തിൽ തന്നെ രതിയുമായി ബന്ധപ്പെട്ടു പോകുന്നു.(Sadger)

മൃതദേഹത്തിന് തളരാത്ത ഭോഗശക്തിയുണ്ടെന്നതും പ്രാക്തനവും കവിപ്രിയവും ആയ ഒരാശയമാകുന്നു. പൊർഫീരിയയുടെ കാമുകൻ, ചങ്ങമ്പുഴയുടെ 'മോഹിനി' എന്നീ കാവ്യങ്ങളിൽ ഈ സങ്കല്പത്തിന്റെ അലയൊലികൾ കേൾക്കാം. 'മരിച്ചവരുടെ കാമാർത്തിയെ നിനക്കൊരിക്കലും തൃപ്തിപ്പെടുത്തുവാൻ കഴിയുകയില്ല' എന്നർത്ഥം വരുന്ന ഹൈനയുടെ ജർമ്മൻ കവിത ജോൺസ് തന്റെ ഒരു പഠനത്തിൽ1 ഉദ്ധരിച്ചിട്ടുണ്ട്. നമ്മുടെ ആചാര്യ ശങ്കരൻ ഒരു മൃതദേഹത്തിൽ ആവേശിച്ചിട്ടാണ് 'ജീവിതാനുഭവം' നേടിയതെന്ന കഥയിൽ ഈ ആശയത്തിന്റെ കീഴ്ക്കാംതൂക്കായ ആവിഷ്കരണമല്ലേ ഉള്ളത് എന്ന് ഞാൻ സംശയിക്കുന്നു.

കുട്ടികളിൽ സ്വാഭാവികമായോ കൃത്രിമമായോ ഉണ്ടാവുന്ന രതിമൂർച്ഛ(Orgasm) ആനന്ദവും വെറുപ്പും ഭീതിയും മാറിമാറിയുളവാക്കുന്നുവെന്നും ശാരീരികവും ആത്മീയവും ആയ ഈ ഉൽക്കടാനുഭൂതി കുറ്റൻ ഞണ്ടുകൾ, സർപ്പങ്ങൾ, നീരാളികൾ എന്നിവയുടെ രൂപത്തിൽ വരുന്ന പേക്കിനാവുകൾക്ക് കാരണമായിത്തീരുമെന്നും മനഃശാസ്ത്രജ്ഞന്മാർ തെളിയിച്ചിട്ടുണ്ട്.*2

ലൈംഗികവും മരണപരവുമായ ഭാവനകൾ അബോധമനസ്സിൽ കെട്ടുപിണഞ്ഞു കിടക്കുന്നു എന്നു കാണിക്കുകയായിരുന്നു എന്റെ ഉദ്ദേശ്യം. സാഡിസവും മസോക്കിസവും ഈ സമാശ്ലേഷത്തിന്റെ സുപരിചിതങ്ങളായ ആവിഷ്കാരങ്ങളാകുന്നു.

കാലത്തേക്കുറിച്ചുള്ള ജി.യുടെ ആദ്യകവിതയിൽത്തന്നെ പ്രസന്നോജ്ജ്വലമായ കവിമനസ്സിലെ അടിയൊഴുക്കായി, ഈ സാഡോമസോക്കിസ്റ്റു ഭാവനയുടെ വർണ്ണഭംഗികൾ കണ്ടെത്താൻകഴിയും.

ഈ വരികൾ *സാഹിത്യകൗതുകം* രണ്ടാംഭാഗത്തിലേതാണ്:

"ജന്മം ഭവദ്വരണമാലികയാണ്, ചൊല്ലി
ഞാന്മന്ദ'മെന്തിന് ഭയം തവ സംഗമത്തിൽ
നിന്മന്ദിരത്തിനു വരുന്നതിനുള്ളൊരുക്കം
താന്മൽപ്രിയേ(യാ), സകല നേരവുമെന്റെ കൃത്യം"
(മരണവും ഞാനും)

മരണത്തെ കാമുകനായും ജീവിതത്തെ, തന്നെത്തന്നെ, കാമുകിയായും കണ്ടു ജി. എഴുതിയ ആദ്യത്തെ വരികളാണിവ. (എ. ബാലകൃഷ്ണപിള്ള പറയുംപോലെ കവിയുടെ വിവാഹവും 'എന്റെ വേളി' എന്ന കവിതയിലെ പ്രമേയവും തമ്മിൽ ആന്തരമായ ബന്ധമൊന്നുമില്ല എന്ന് ഇതിൽ നിന്നു വ്യക്തമാകും.) ഈ ആദ്യകാലഭാവനയാണ് പിന്നീട് 'എന്റെ വേളി'യിൽക്കൂടി വികാസം പ്രാപിക്കുന്നത്. മൃത്യു, രതി, രണ്ടിന്റേയും സമ്മിശ്രണത്തിൽ നിന്നുമുണ്ടാകുന്ന മസോക്കിസം, ഇവ രണ്ടു കവിതകളിലും ഇണങ്ങിനിന്ന് അവയുടെ ആന്തരസൗന്ദര്യം (അബോധതലങ്ങളെ സ്പർശിച്ചുണർത്താനുള്ള കലയുടെ കഴിവ്) അസാധാരണമായി വർധിപ്പിക്കുന്നു. 'എന്റെ വേളി'യിൽ കാലൻ കാമദേവൻ (മണവാളൻ) തന്നെയായിത്തീരുകയാണ് ചെയ്യുന്നത്. ഈറോസ് തന്നെ താനത്തോസ്. സാഡോ-മസോക്കിസത്തിലും സുഖവും വേദനയും തമ്മിൽ, മൃത്യുവും രതിയും തമ്മിൽ, ഉള്ള ആത്മൈക്യമാണല്ലോ നാം കാണുന്നത്.

ഇതാ 'എന്റെ വേളി'യിലെ വരൻ:

"ഹാ, വിറച്ചുപോം ലോകം നാമമാത്രത്താൽ, ഞാന-
ജ്ജീവിതേശനെപ്പറ്റിക്കേട്ടിരിക്കുന്നു പണ്ടേ!
ഭൂവിലദ്ദേഹം നീട്ടും കൈ തട്ടിനീക്കാനില്ല
ജീവിതം, തദിച്ഛയ്ക്കു തല ചായ്ക്കാനേ പറ്റൂ....
കടിവച്ചതിൻ ശേഷം, ജന്മഗേഹത്തെക്കാണാ-
നിടയാർക്കുമേകുന്നീലുഗ്രശാസനനെന്നോ!....
സമയം വരുന്നേരം സർവ്വശക്തമക്കൈയിൽ
മമജീവിതം ക്ഷുദ്രം സസ്മിതം സമർപ്പിക്കും."

ഈ എട്ടു വരിയിൽക്കൂടി രൂക്ഷനായ ഒരു സാഡിസ്റ്റ് സുന്ദരകാമുകന്റേയും സൗമ്യയായ ഒരു മസോക്കിസ്റ്റ് കാമുകിയുടേയും മധുരമേളനത്തിന്റെ ചിത്രം സുഭഗസ്ഫുടമായി എഴുതപ്പെട്ടിരിക്കുന്നു! ഈ ആശയത്തിന്റെ അനുരണനങ്ങൾ, ഈ ചിത്രത്തിന്റെ ഛായകൾ, മറ്റിടങ്ങളിലും കാണാനും കേൾക്കാനുമുണ്ട്:

"ലാവണ്യമോഹിത മൃത്യുവന്നങ്ങയെ- (കവിതയെ)
നോവറിയിക്കാതെ നുള്ളി മെല്ലെ
പാരിടം മൂടിയഴിച്ചിട്ടും തൻമുടി-
ക്കുരിരുളിങ്കൾത്തിരുകി നിൽക്കും!"
(പൂവിന്റെ പാട്ട്-ഇതളുകൾ)

'എന്റെ വേളി'യിലും മറ്റും മരണത്തെ 'നിത്യകല്യാണ'മായി നിരീക്ഷിച്ചാഹ്ലാദിച്ച കവിഹൃദയം വീണ്ടും അതിന്റെ ക്രൂരഭീകരങ്ങളായ രൂപങ്ങളെ

ധ്യാനിക്കുകയുണ്ടായിട്ടുണ്ട്. സാഹിത്യകൗതുക(ഭാഗം നാല്)ത്തിലെ ഒരു ഗീതത്തിൽ (കാലം) കാലത്തെ ഒരു കോസ്മിക് കുതിരയായി രൂപണം ചെയ്യുകയും അതിന്റെ 'ലീല'യിൽ വിസ്മയഭയശോകാദികൾ പ്രകടിപ്പിക്കുകയും ചെയ്യാതിരിക്കുവാൻ ജി.യ്ക്കു കഴിഞ്ഞിട്ടില്ല.

"ഭാവിയെസ്സമാക്രമിക്കുന്ന ദുർല്ലഭമസ്മ-
ജ്ജീവിതം ചവിട്ടിത്തേച്ചീമ്മഗം വീണ്ടും വീണ്ടും.
കാലമേ ദയാഹീനമാകിയ ഭവദീയ-
ലീല മേ വളർത്തുന്നു വിസ്മയം, ഭയം, ശോകം!"

ഈ സങ്കല്പം 'എന്റെ വേളി'യിലെ അയഥാർത്ഥലോകത്തിൽ നിന്നു കുറേക്കൂടി വാസ്തവമായ ഒരു തലത്തിലേയ്ക്കുള്ള വ്യതിയാനമായി കണക്കാക്കാവുന്നതാണ്. കാലത്തിന്റെ സംഹാരകശക്തിയിലാണ് ഇതിൽ ഊന്നു കൊടുത്തിരിക്കുന്നത്. കാലത്തിന്റെ സർഗ്ഗശക്തിക്കും വിരോപണശക്തിക്കും മുമ്പും പിമ്പും കവി നല്കിയിരുന്ന പ്രാധാന്യം ഈ കവിതയിൽ കാണഉന്നേയില്ല. സാഹിത്യകൗതുക(ഭാഗം.2) ത്തിൽ കണ്ട മാനസാവസ്ഥയിലേയ്ക്ക് കുറച്ച് സമയത്തേയ്ക്കെങ്കിലും അദ്ദേഹം മടങ്ങിപ്പോയിരിക്കുന്നു.

ഇതിനെത്തുടർന്ന് ജി.യുടെ കവിതയ്ക്കുള്ള സവിശേഷഭംഗികളെല്ലാം പ്രകടിപ്പിക്കുന്നതെന്ന് ശ്രീ.ബാലകൃഷ്ണപിള്ള അഭിനന്ദിച്ച 'കാലം' എന്ന ഗീതകം എഴുതപ്പെട്ടു. കുറുപ്പിന്റെ പദപ്രയോഗമിതത്വത്തിന് മകുടോദാഹരണമായി, 'നിമിഷ'ത്തിന്റെ അവതാരികയിൽ ഇതൊന്നെടുത്തുപറഞ്ഞിട്ടുണ്ട്. "പിന്നേയും, കാലം, അതേ മഹാതത്ത്വം എന്റെ ഭാവനയെ അലട്ടിക്കൊണ്ടിരുന്നു. മഹാഗോളങ്ങളോടുകൂടിയ പ്രപഞ്ചത്തെ ചുറ്റിപ്പിണഞ്ഞു കിടക്കുന്ന മഹാനാഗമായിട്ട് ആ സങ്കല്പം വളർന്നതിന്റെ ഛായയാണ് 'കാലം' എന്ന ഗീതത്തിൽ- (ജി. മുത്തും ചിപ്പിയും). അനുപമമായ ഈ കൊച്ചുകാവ്യത്തിൽ ഹൃദയത്തിന്റെ ആഴത്തിൽ തറയ്ക്കുന്ന ഒരു സിംബൽ, ഒരു സ്വപ്നത്തിലെന്നപോലെ, സംഗ്രഹിച്ചാവിഷ്കരിച്ചിരിക്കുന്നു. ഈ മഹാനാഗം ഒരേ സമയം രതിയുടെയും മൃത്യുവിന്റേയും ചിഹ്നമായിത്തീരുമെന്നു നേരത്തെ സൂചിപ്പിച്ചിട്ടുണ്ടല്ലോ. കുട്ടികളുടെ രതിമൂർച്ഛയും അതിനുശേഷം അവരനുഭവിക്കുന്ന മരണതുല്യമായ അവസ്ഥയും ഉളവാക്കുന്ന പേക്കിനാവുകളിൽ സർപ്പത്തിന്റെ സിംബോളിസം സാധാരണമാണ്. (Hadfield)വീണ്ടും കാലനും കാമനും സമ്മേളിക്കുന്ന ഒരു പ്രതീകം!

അണ്ഡകടാഹത്തെ ചുറ്റിവരിഞ്ഞും ഗോളമുട്ടകൾ ഊറ്റിക്കുടിച്ചും രാപ്പകലുകളാകുന്ന നാവുകൾകൊണ്ട് പ്രകൃതിയെ ഉഗ്രമായി നക്കിയും സഞ്ചരിക്കുന്ന കാലം ഇങ്ങനെ അവസാനിക്കുന്നു:

"പകലും രാവും നാവിൻ രണ്ടു തുമ്പവനീട്ടി-
പ്പകയോടുഗ്രാനന്ത ദ്വിജിഹ്വം നക്കീടുമ്പോൾ
ഉടലു തരിക്കുന്ന പർവ്വതം സ്തംഭിക്കുന്നു
കടലും ജാതാകമ്പസംരംഭം ചുളുങ്ങുന്നു.
ഈ വിധമിരിക്കവേ തൻ കളിക്കോപ്പം കൊണ്ടു
ജീവിതം കളിക്കയാണീയിതിൻ ഭോഗത്തിന്മേൽ."

കഴിഞ്ഞ ഖണ്ഡികയിൽ സൂചിപ്പിച്ച അബോധസ്മരണകൾ ഉണർത്തുന്നതുകൊണ്ട് തന്നെയാണ് ഈ വരികൾ അത്യധികം ഹൃദയസ്പർശിയായിത്തീരുന്നത് എന്നാണെന്റെ വിശ്വാസം. അവയുടെ ശക്തി പഴയ ശൈശവാനുഭൂതികളുടെ ശക്തി തന്നെയാകുന്നു.

കവിതയുടെ ഒടുക്കത്തെ രണ്ടു വരി കൂടി ശ്രദ്ധിക്കുക. അവയുൾക്കൊള്ളുന്ന പൗരാണികസ്മൃതി കാളിയമർദ്ദനകഥയുടേതാണെന്ന്, സർപ്പഫണങ്ങളിൽ നൃത്തം ചെയ്യുന്ന ഉണ്ണിക്കൃഷ്ണന്റേതാണെന്ന് മനസ്സിലാക്കുവാൻ വ്യാഖ്യാനം ആവശ്യമില്ല. ഈ ഹൈന്ദവകഥ, മരണത്തെ ജയിക്കുന്ന ജീവിതത്തെ, പ്രളയത്തെ കീഴ്പ്പെടുത്തുന്ന സർഗ്ഗത്തെ, പ്രതീകഭാഷയിൽ അവ തരിപ്പിക്കുന്നു. ഉണ്ണികൾ സ്വപ്നത്തിലും മിത്തോളജിയിലും സാർവ്വത്രികമായ ഒരു രതിപ്രതീകം തന്നെ. ഓടക്കുഴലൂതുന്ന ഉണ്ണിക്കൃഷ്ണനും 'തൻകളിക്കോപ്പുകൊണ്ട് ഭോഗത്തിന്മേൽ കളിക്കുന്ന' ജീവിതപ്പൈതലും കാവ്യമയങ്ങളായ ലൈംഗിക സിംബലുകളാകുന്നു. അഗാധങ്ങളായ ഈ ഭാവബന്ധങ്ങൾ കാലത്തിന്റെ ആസ്വാദ്യതയ്ക്ക് വളരെയേറെ സഹായിച്ചിട്ടുണ്ടാകണം. വള്ളത്തോളിന്റെ 'കർമ്മഭൂമിയുടെ പിഞ്ചുകാൽ' ഈ സിംബോളിസത്തിന്റെ മറ്റൊരു കാവ്യപരമായ വിജയം കുറിക്കുന്നു.

അണ്ഡകടാഹത്തെപ്പോലും വിഴുങ്ങിക്കളയുന്ന കാലകുണ്ഡലിയുടെ ഫണങ്ങളിൽ ജീവിതത്തെ പ്രതിഷ്ഠിക്കുന്ന ജി.യുടെ ഭാവനയിൽ സാഹസമുണ്ട്. ജീവിതം തന്നെ മരണത്തോടുള്ള നിരന്തരസമരമാണെന്ന ബോധം കവിയിൽക്കാണാം. എങ്കിലും, ഈ 'ഭോഗം' ജീവിതത്തെത്തന്നെ വിഴുങ്ങിക്കളയുകയില്ലേ എന്ന രഹസ്യഭീതിയും അദ്ദേഹത്തിന്റേതാണ്. വാസ്തവത്തിൽ ഈ മിശ്രവികാരം ആശയക്കുഴപ്പമല്ല, സത്യോന്മുഖത്വം തന്നെയാകുന്നു.

'നവാതിഥി'യിൽ സമാഹരിച്ചിട്ടുള്ള രണ്ടു ഗീതകങ്ങളിൽ 'ജീവിതം' ഇതേ ചിരന്തനപ്രശ്നം രണ്ടു വിഭിന്ന ചിത്രങ്ങളിൽക്കൂടി ആവിഷ്കരിച്ചിരിക്കുന്നതായിക്കാണാം.

ഒന്നിൽ, ശരീരത്തിന്റെ കൂട്ടിലടയ്ക്കപ്പെട്ട ജീവിതം അനന്തവിശാലമായ ആകാശത്തിന്റെ സ്വാതന്ത്ര്യത്തെ സ്വപ്നം കാണുകയും, തന്നെ കൂട്ടുതുറന്നു വിടാൻ വരുന്ന മരണത്തെ മധുരപ്രതീക്ഷകളോടെ കാത്തിരിയ്ക്കുകയും

ചെയ്യുന്നു.

“മരണം പെട്ടെന്നെത്തി മോചനം നല്കുന്നെങ്കിൽ
പരമാനന്ദം പൂണ്ടു നന്ദി ചൊല്ലുക നല്ലൂ
പിടയുന്നതെന്തിനു പിൻവലിപ്പതെന്തിനീ-
ത്തടവിൽ സ്വയം പരുങ്ങിടുവാൻ മോഹിക്കുന്നോ!”

മരണത്തെ വിമോചകനായിത്തന്നെ കാണുന്ന ഈ കവിതയിലേയും മസോക്കിസ്റ്റു പ്രവണത തുലോം സ്പഷ്ടമാണല്ലോ. പക്ഷികൾ സാർവലൗകികവും സാർവകാലികവുമായ ജീവിതപ്രതീകങ്ങൾ കൂടിയാണ്എന്ന വാസ്തവം ഈ കവിതയെ കൂടുതൽ മൗലികമാക്കിത്തീർക്കുന്നുണ്ട്. കൂടുവിട്ട് കൂടുമാറുന്നുവെന്നു പറയുമ്പോഴും ‘കൂട്ടിലെക്കിളി പറന്നുപോയി’ എന്നു പറയുമ്പോഴും നാം ഈ സിംബോളിസമാണുപയോഗിക്കുന്നത്. നീണ്ട കൊക്കുകളുള്ള പക്ഷികളാണ് കുഞ്ഞുങ്ങളെ കൊണ്ടുവരുന്നതെന്ന സങ്കല്പം പടിഞ്ഞാറൻ യക്ഷിക്കഥകളിൽ സുലഭമാകുവാനും ഇതുതന്നെ കാരണം. ഇതിന്റെ ലൈംഗികമായ അർത്ഥം നാം നേരത്തെ അനുസ്മരിച്ചതാണ്.

രണ്ടാമത്തെ ഗീതകത്തിൽ, ആലയിൽ നിന്നും കാലത്തഴിച്ചുവിടപ്പെട്ട ജീവിതം ഭോഗത്തിന്റെ ചെടിപ്പടർപ്പുകളിൽ മേഞ്ഞുമേഞ്ഞു മയങ്ങുകയും പെട്ടെന്നു പിന്നിൽ മരണത്തിന്റെ കാലൊച്ചകേട്ടു ഭയപ്പെടുകയും ചെയ്യുന്നു.

“ഭീമദാം ചെന്നായല്ല പിൻപുറത്തിടയന്റെ
പാദവിന്യാസം കേൾപ്പൂ, ഭയമെന്തിനാണാവോ?”

അതിപ്രാചീനങ്ങളായ പ്രാചീനസങ്കല്പങ്ങൾ തന്നെ രണ്ടും! ഒന്നിൽ വിമോചകൻ, മറ്റേതിൽ സംരക്ഷകൻ! ‘എന്റെ വേളി’യിൽ സാഡിസ്റ്റായി പ്രത്യക്ഷപ്പെട്ട മരണം, ഈ രണ്ടാം ഗീതകത്തിൽ, അടിക്കുമെങ്കിലും താലോലിക്കുകകൂടി ചെയ്യുന്ന ഇടയനായിത്തീരുന്നതു നോക്കുക. [illegible] ഇതിലുമുണ്ട് ലൈംഗികസിംബോളിസത്തിന്റെ ശക്തിവേഗം. ചിലതുമാത്രം ചൂണ്ടിക്കാട്ടുന്നു.

താരുണ്യൻ കുന്നിലും ചെരുവിലും മേയുക	മേച്ചിൽപ്പുറങ്ങൾ പ്രസിദ്ധമായ സ്ത്രൈണചിഹ്നങ്ങളാണ്.
	സംഭോഗപ്രതീകം-ഭാഷയിൽ ഈ പദത്തിനുതന്നെ അങ്ങനെ യൊരർത്ഥമുണ്ടല്ലോ.
വ്രണിതമുഖം നാവാൽ	നാവ് സാധാരണമായ ഒരു ലിംഗപ്രതീകം.

തളർന്നുകിടക്കയാം	സംഭോഗാനന്തരമുള്ള ക്ഷീണ ത്തേയും
വളർന്ന വിശപ്പോടെ	മടുപ്പിനേയും വ്യഞ്ജി പ്പിക്കുന്നു; മതിവരാത്ത ആസക്തിയേയും.

ഈ സൂചനകൾ കവിതയിലെ ആന്തരമായ പ്രതീകഘടനയെക്കുറിച്ചു തെല്ലെങ്കിലും ബോധമുണ്ടാക്കുമെന്നാണെന്റെ ആശ. ജീവിതമരണങ്ങളുടെ ഭാവനകളിലുള്ള ലൈംഗികബന്ധം ചൂണ്ടിക്കാണിക്കുകയും സാഡോ-മസോക്കിസ്റ്റു സ്വഭാവവും മൃത്യുവാഞ്ഛയും തമ്മിലുള്ള അടുപ്പത്തിനു ഒരു തെളിവുകൂടി നൽകുകയുമാകുന്നു ലക്ഷ്യം.

ഉജ്ജ്വലമായ ഭാവരൂപപ്പൊരുത്തം കൊണ്ടും ഉന്മാദകമായ ശബ്ദാർത്ഥമേളനംകൊണ്ടും അഭിനന്ദനം പിടിച്ചുപറ്റുന്ന ‘സാഗരഗീതം’ സാഡോ-മസോക്കിസ്റ്റു ഭാവങ്ങളുടെ ഊടും പാവുമിട്ടു നെയ്തെടുത്ത ഒരസാധാരണ കലാസൃഷ്ടിയാകുന്നു. പലപ്പോഴും നിരർത്ഥകമെന്ന തെറ്റിദ്ധാരണയുളവാക്കുന്ന ഇതിലെ പദപ്രയോഗത്തിന്റെ ഇന്ദ്രജാലത്തിനൊപ്പം കിതച്ചുകൊണ്ടേ ഓടിയെത്താനൊക്കൂ.

ആദ്യത്തെ പതിനാലുവരിയിൽ, ആകാശത്തെ കവി ഹൃദയം പോലെതന്നെ ഊഷ്മള സ്വപ്നാക്രാന്തമായ കാമുകരൂപമായി രൂപണം ചെയ്തിട്ട് സാഗരത്തെ അതിന്റെ രൗദ്രകാമുകനാക്കുന്നു കവി.

“ഉദ്രസം ഫണോല്ലോലകല്ലോലജാലം പൊക്കി
രൗദ്രഭംഗിയാടിനിന്നീടും ഭുജംഗമേ
വാനം തൻ വിശാലമാം ശ്യാമവക്ഷസ്സിൽ കൊത്തേ-
റ്റാനന്ദമൂർച്ഛാധീനമങ്ങനെ നിലകൊൾവൂ.
തത്തുകെന്നാത്മാവിങ്കൽക്കൊത്തുകെൻ ഹൃദന്തത്തി-
ലുത്തുംഗ ഫണാഗ്രത്തിലെന്നെയും വഹിച്ചാലും!”

നമുക്കു ലഭിച്ചിട്ടുള്ള പുതിയ അറിവിന്റെ വെളിച്ചത്തിൽ, ആകാശത്തിന്റെ ശ്യാമവക്ഷസ്സിൽ കൊത്തുന്ന ഭുജംഗവും ആനന്ദമൂർച്ഛയും വിവരണത്തിന്റെ സഹായമില്ലാതെത്തന്നെ സ്പഷ്ടമാകുന്നതാണല്ലോ[1] ഉജ്ജ്വലമായ ലൈംഗികസിംബോളിസത്തിന്റെ വർണ്ണപ്പൊലിമകളെല്ലാം വന്നുനിറയുമാറാണ് കവിപദങ്ങൾ തിരഞ്ഞെടുത്തു പ്രയോഗിച്ചിട്ടുള്ളത്! അതിവിശിഷ്ടമായ ഒരു സാഡോ-മസോക്കിസ്റ്റ് ദ്വിവർണ്ണചിത്രം നമ്മുടെ മനസ്സിൽ ആഞ്ഞുപതിയുന്നു! ഉള്ളിളക്കുന്ന ‘മധുരവേദന’ (മസോക്കിസം)യോടു കൂടിയാണ് കവിത അവസാനിക്കുന്നതും.

1 ഷേക്സ്പിയരുടെ ആന്റണിയും ക്ലിയോപാട്രയും എന്ന നാടകത്തിൽ ‘‘നായിക മരിക്കുന്നത് സ്വയം മാറത്ത് ഒരു പാമ്പിനെ കടിപ്പിച്ചാണല്ലോ. വാസ്തവത്തിൽ അത് ഏതുതരം പാമ്പായിരുന്നുവെന്ന് ചർച്ച ചെയ്ത് പണ്ഡിതന്മാർക്ക് തൃപ്തി വന്നിട്ടില്ല.

"ക്ഷീണമാമെന്നാത്മാവു തകർന്നാൽത്തകർന്നോട്ടെ
വീണയാക്കുക ഭവദാശയം ഗാനംചെയ്‌വാൻ."

ഈ ആശയം-വേദനയെ കലയാക്കി മാറ്റുന്ന ഏർപ്പാട്-ജി.യുടെയെന്നല്ല, മറ്റു പല കവികളുടെയും കവിതയിൽ സുലഭമാകുന്നു.

"വേദന, വേദന, ലഹരി പിടിക്കും
വേദന ഞാനിതിൽ മുഴുകട്ടെ
മുഴുകട്ടെ മമ ജീവനിൽ നിന്നൊരു
മുരളീ മുദ്രരവമൊഴുകട്ടെ!"
(ചങ്ങമ്പുഴ)

ജി.യിൽ അതാവർത്തിക്കുന്നു. വിനോദത്തിനുവേണ്ടിയെങ്കിലും ഈ വരികൾ ശ്രദ്ധിക്കുക.

"എരിയും സ്നേഹാർദ്രമാമെന്റെ ജീവിതത്തിന്റെ
തിരിയിൽ ജ്ജ്വലിക്കട്ടെ ദിവ്യമാം ദുഃഖജ്വാല
ജീവിതമെനിക്കൊരു ചൂളയായിരുന്നപ്പോൾ
ഭുവിനാവെളിച്ചത്താൽ വെൺമഞ്ഞാനുളവാക്കി."
(നക്ഷത്രഗീതം)

ഇതേ ചിത്രം 'ചന്ദനത്തിരി' എന്ന പുതിയ കവിതയിൽ ആവർത്തിക്കപ്പെട്ടിട്ടുണ്ട്.

"മൂടുക ഹൃദയമേ, മുഗ്ധഭാവന കൊണ്ടീ
മൂകവേദനകളെ, മുഴുവൻ-മുത്താവട്ടെ"
(മുത്തുകൾ)

"ജീർണ്ണമാം കിടങ്ങുകൾ തരിശായ്ത്തീർന്നോരസ്ഥി-
"കീർണ്ണമാം മൃഗീയോഗ്രയുദ്ധഭൂമികളിലെല്ലാം"
നോവുമെൻ ഗാനത്തിന്റെ ചാലുകളാലേമാഞ്ഞു
[illegible] നവ്യചൈതന്യം മുളച്ചാർക്കും"
(ക്രൂണകൾ)

"കാലിതൻ നഖക്ഷതം, കൊഴുവിൻ ദന്തക്ഷതം
മേവില പതിക്കുന്ന ധന്യമേദിനിക്കെന്യേ
കളിരുണ്ടാകുന്നില കോൾമയിർ കുരുപ്പീലാ
തളിരും താരും ചൂടാൻ കാലവും ലഭിപ്പീലാ"
(നാളെ)

(ഭൂമി സ്ത്രീയുടെയും കലപ്പ പുരുഷന്റേയും പൗരാണികപ്രതീകങ്ങളാകുന്നു. ഉദാഹരണങ്ങളാവശ്യമില്ലാത്തത്ര പിരിചിതമാണല്ലോ ഈ ആശയം. രണ്ടു കാവ്യഭാഗങ്ങളിലേയും മസോക്കിസത്തിന്റേയും

സാഡിസത്തിന്റെയും നിറപ്പകിട്ടു കൂടി ശ്രദ്ധിക്കുക.)

"...എന്നുള്ളപൊട്ടും ശബ്ദം
ഭേരീനാദമാമെങ്കി, ലിന്ദ്രകാർമ്മുകരത്ന-
തോരണം കെട്ടാൻ വേണമെന്നാകിലെൻ ഹൃദ്രക്തം....
ഇനിയും ഞാനാശിപ്പൂ മേഘമായ്ത്തന്നേതീരാൻ

..

"നിന്നാവൂ ഹർഷസ്തംഭലജ്ജാദിഭാവത്താലേ
വന്നാളും നാനാവർണ്ണം കവിളിൽ പകർന്നു ഞാൻ!"
(മേഘഗീതം)

'കാട്ടുപൂവ്', 'പുഷ്പഗീതം', 'വനഗായകൻ', 'സൗന്ദര്യകാഹളം', 'പൂവിന്റെ പാട്ട്', ഓടക്കുഴൽ തുടങ്ങിയ കവിതകളിലും ഇതേ ഭാവധാരയുടെ പ്രവാഹമാണ് കാണുവാൻ കഴിയുക. തന്റെ വേദന, തന്റെ ദുഃഖം, തന്റെ നാശം ഇവയെല്ലാം അന്യന്റെ നന്മയ്ക്കായി സഹിക്കുന്നു. ജി. യുടെ കവിത. അതിന്റെ ഭാവസൗന്ദര്യത്തിന്റെ ഒരു സുപ്രധാനഘടകം ഈ ത്യാഗസുരഭിലതയാണ്. ഈ സവിശേഷതയ്ക്കു സർവ്വപ്രാധാന്യമുള്ള ജി.യുടെ മധ്യകാല കവിതകളെ, മറ്റുള്ളവയേക്കാൾ ഹൃദ്യമായിക്കരുതുന്ന സാമാന്യവായനക്കാർ മാത്രമല്ല പ്രൗഢനിരൂപകന്മാരുമുണ്ടെന്നു ലേഖകനറിയാം. അവരുടെ അഭിപ്രായത്തിൽ 'സൂര്യകാന്തി'യ്ക്കടുത്തു മുമ്പും പിമ്പുമുള്ള കാലത്താണ് ജി.യുടെ ഉൽകൃഷ്ടതമങ്ങളായ കവിതകൾ എഴുതപ്പെട്ടിട്ടുള്ളത്.

വേദനയിൽ 'ആനന്ദനിർഭരാവസ്ഥ' ദർശിക്കുന്ന ഈ പ്രവണതയെക്കുറിച്ച് ഫ്രോയ്ഡ് പണ്ടെഴുതി:

"ഭയാനകവും ബീഭത്സവുമായ അനുഭവങ്ങളിലൂടെ ലൈംഗികോത്തേജനം നേടുക എന്ന രീതി പല മനുഷ്യരുടേയും ഒരു ആജീവനാന്തസ്വഭാവമാകുന്നു. അത്തരം അനുഭവങ്ങൾ പലതും തേടിപ്പോകുന്നതിന്റെ പൊരുൾ ഇതത്രെ; ഈ ദുഃഖാനുഭവത്തിന്റെ ആത്മാർത്ഥത കുറയ്ക്കുന്ന അനുകൂലപരിതസ്ഥിതികൾ വേണമെന്നു മാത്രമേ അവർക്കുള്ളൂ.(ഉദാ: നാടകരംഗത്തിലേയും മറ്റും ദുഃഖം)

കുത്തനെ അനുഭവിക്കാത്ത യാതനകൾ, മെഴുക്കിടപ്പെട്ട വേദനകൾ എന്നിവ ഇങ്ങനെ ലൈംഗികസുഖം കൈവരുത്തുമെന്നു കരുതാമെങ്കിൽ, നമുക്കതിൽ സാഡോ-മസോക്കിസ്റ്റ് സ്വഭാവഘടനയുടെ ഏകദേശരൂപം കിട്ടുന്നു."*

കവിതയിൽക്കൂടി ആവിഷ്കരിക്കപ്പെടുന്നതും അനുഭവിക്കപ്പെടുന്നതുമായ പരോക്ഷവേദന ഇത്തരം ആത്മപീഡനസ്വഭാവത്തിന് ഏറ്റവും അനുയോജ്യമാകുന്നു.

III

'നിമിഷം' എന്ന കാവ്യത്തിന്റെ രചനയോടെ മരണത്തേയും ജീവിതത്തേയും കാലത്തേയും സംബന്ധിച്ച തന്റെ മനോഭാവം പരിണതവും ആരോഗ്യകരവും ആയിത്തീർന്നുവെന്നു ജി.കരുതുന്നു. "നിമിഷം" മറ്റൊരു വീക്ഷണത്തിൽ നിന്നു കാലത്തെ കാണുവാനും അതിന്റെ ശക്തിയെ ഗ്രഹിക്കുവാനും അതിനെ എന്റെ ജീവിതത്തോടിണക്കുവാനും പ്രേരിപ്പിച്ചു. ഇനി കാലം എന്ന തത്വം പണ്ടത്തെപ്പോലെ എന്നെ വ്യാകുലനാക്കുകയില്ല."

"എത്രമേൽ ക്ഷുദ്രമല്ലോരോ നിമിഷമാ-
പ്പത്രമടിച്ചതു പാരിലെങ്കിൽ
എണ്ണിയാലെത്താത്ത ജീവിതസ്പന്ദങ്ങൾ
മണ്ണിലും വിണ്ണിലുമുണ്ടാകുമോ?"

* * *

"ജീവിതത്തിൻ പഴംപൂക്കൾ കൊഴിഞ്ഞാലെ-
ന്തീവിധമുള്ള ചിറകടിയാൽ
നൂറുനൂറായിരമല്ലാ പരിണാമ
നൂതന ഭംഗികൾ മൊട്ടിടുന്നു!"

കാലത്തിന്റെ പ്രചണ്ഡമായ ഗതി പ്രളയത്തിനെന്നപോലെ സൃഷ്ടിക്കും ആവശ്യമാണെന്നു കാണുക! മരണത്തിൽ നിന്നാണ് ജീവിതമുണ്ടാകുന്നതെന്നറിയുക! എല്ലാം നല്ലതുതന്നെ. പക്ഷേ, ഈ പ്രളയത്തിൽ തന്റെ നാശവും ഉൾപ്പെട്ടുമെന്നറിഞ്ഞംഗീകരിക്കുക വേദനാമയമായ ഒരനുഭവമാകുന്നു; അതിനോട് പൊരുത്തപ്പെടുക അസുലഭമായ ഒരു ജീവിതസിദ്ധിയും! 'നിമിഷ'മെഴുതിയ കാലത്ത് ജി.ക്കു ഇത്രയും സാധിച്ചിരുന്നുവെന്നു അദ്ദേഹത്തിന്റെ പിൽക്കാലകവിതകൾ വായിക്കുമ്പോൾ സമ്മതിച്ചുകൊടുക്കുക വിഷമം. 'മരണത്തിനും മരണം', 'ജീവിതമിന്നുമിളംപൈതൽ' എന്നീ കവിതകൾ പഴയ കവിയേയാണ് കാണിച്ചുതരുന്നത്. കാലത്തേയും ജീവിതത്തേയും ഇണക്കിക്കെട്ടുവാൻ അദ്ദേഹത്തിന് മുഴുവനും കഴിഞ്ഞിട്ടില്ലതന്നെ.

"മരണമിങ്ങനെ സകലവും തിന്നും
മരണത്തെത്തിന്നും മരണമൊന്നില്ലേ?"

എന്ന ഉൽക്കണ്ഠാകുലമായ ചോദ്യത്തിൽ അഗാധമായ ഒരാത്മീയാസ്വാസ്ഥ്യം പ്രതിധ്വനിയ്ക്കുന്നുണ്ട്. എങ്കിലും മൃത്യുവിനെ രതിയുമായി കൂട്ടിക്കുഴയ്ക്കുന്ന ആദ്യകാലഭാവനകളിൽനിന്ന് അധികമധികം സത്യോന്മുഖമായ പ്രയാണം ആണ് ഈ വരികളിലും 'നിമിഷ'ത്തിലും ഉള്ളത്. ഉദിച്ചുയരുന്ന ജീവിതത്തിന്റെ പൂർവാഹ്നത്തെയും വെയിൽചായുന്ന

അപരാഹ്നത്തെയും വൃത്തമൊത്ത സമ്പൂർണ്ണജീവിതത്തിന്റെ തുല്യപ്രധാനങ്ങളായ രണ്ടു പകുതികളായിക്കാണുക-മധ്യവയസ്സിന്റെ ഏറ്റവും വലിയ നേട്ടങ്ങളായിരിക്കും അത്. 'ജീവിതത്തിന്റെ നരഞ്ഞുപതയുന്ന മുന്തിച്ചാറ് ഊറിത്തെളിയുക കൂടി ആവശ്യമാണല്ലോ'-(യുങ്). അഗാധഗംഭീരമായ ഈ സത്യബോധത്താൽ സംഭാവിതമായ ഈ ആശയധാരയുൾക്കൊള്ളുന്ന മധുരോദാരമായ ഒരു ഗീതകം 'വെള്ളിൽപ്പറവക'ളിൽ ഉണ്ട്. ജി.യുടെ അനുവാദത്തോടു കൂടി ഞാനാ കവിത മുഴുവനും ഉദ്ധരിക്കട്ടെ:

ജീവിതോഷ്ണളാഹ്ലാദമണ്ഡലം മങ്ങി, ച്ചുറ്റും
താവിന വെളിച്ചമാ വിഷയങ്ങളിൽ മായ്ക്കെ,
അന്തരംഗത്തിൽ തണുപ്പേറിടും മൈതാനത്തിൽ
ചിന്തകളുടെ നിഴൽ നീണ്ടുനീണ്ടിരുളാകെ,
അലസം മടങ്ങിടുമിന്ദ്രിയം സ്വയം കാർന്നോ-
രലഘുസുഖങ്ങൾ തൻ രോമന്ഥമാരംഭിക്കെ
ഭാരതാന്തമാം ചിറകൊതുക്കിത്തൻ പൊത്തിങ്കൽ
ബ്ഭാവനയനങ്ങാതെ കൺചിമ്മി സ്ഥിതി ചെയ്കെ,
പ്രേമമേ, തവോദാരരൂപമെൻ മിഴിയിലും
നാമമെൻ വികസിക്കുമധരപുടത്തിലും
ഏന്തി ഞാൻ നിന്നേ കാന്തമൂകമാമറയ്ക്കക-
ത്തേകയായൊട്ടുവിൽ നിൻ കഴലിൽ പ്രണമിക്കെ
നീ മറക്കില്ലേ കുറ്റം, നിൻ സ്മിതാർദ്രമാം ചുണ്ടിൽ
സോമലേഖയെക്കണ്ടു നിന്നിൽ ഞാൻ ലയിക്കില്ലേ?
(നീ മറക്കില്ലേ?)